महापुरुषांची जीवनगाथा

आविष्कार
12
शक्तींचा

बेस्टसेलर पुस्तक 'विचार नियम'चे रचनाकार सरश्री यांची अन्य श्रेष्ठ पुस्तकं

आध्यात्मिक विकास साधण्यासाठी या पुस्तकांचा लाभ घ्यावा

- जीवनाची दोन टोकं - ध्यान आणि धन
- मांजर आडवं गेलं तर - चुकीच्या धारणांतून मुक्ती
- अंतर्मनाच्या शक्तीपलीकडील आत्मबळ
- ध्यान नियम - आध्यात्मिक उन्नतीचा दिव्यमार्ग
- मृत्यू उपरांत जीवन - मृत्यू मोका की धोका
- मृत्यू अंत नव्हे वाटचाल... पारटूचं रहस्य
- ईश्वर कोण मी कोण - आत्मसाक्षात्काराचा मार्ग
- तुझी इच्छा तीच माझी इच्छा - भक्ती वरदान
- The मन - कसे बनावे मन: नमन, सुमन, अमन आणि अकंप
- प्रेम नियम - प्लॅस्टिक प्रेमातून मुक्ती
- प्रथम स्मरावा राम नंतर काम - प्रेम, काम आणि वासनेच्या परिचयाचं महान सूत्र

स्वविकासासाठी या पुस्तकांचा लाभ घ्यावा

- विचार नियम - आपल्या यशाचे रहस्य
- विकास नियम - आत्मसंतुष्टीचं रहस्य
- आळसावर मात - उत्साही जीवनाची सुरुवात
- स्वसंवाद एक जादू - आपला रिमोट कंट्रोल कसा प्राप्त करावा
- बोरडम, मोह, अहंकार यांपासून मुक्ती - सूक्ष्म विकारांवर विजय
- रचनात्मक विचारसूत्र - नाविन्यपूर्ण विचारांद्वारे जीवन बदलण्याचा मार्ग
- सुगंध नात्यांचा - सोनेरी नियमाची किमया
- आत्मविश्वास आणि आत्मबळ - How to gain Self Confidence

युवकांनी या पुस्तकांचा लाभ घ्यावा

- आजच्या युवा पिढीसाठी - विचार नियम फॉर युथ
- नींव नाइन्टी फॉर टीन्स् - बेस्ट कसे बनाल
- श्रीरामांकडून काय शिकाल - नवरामायण फॉर टीन्स्

या पुस्तकाद्वारे प्रत्येक समस्येचं समाधान प्राप्त करा

- स्वाथ्य प्राप्तीसाठी विचार नियम - मन:शक्तीद्वारे निरामय आरोग्य मिळवा
- स्वीकाराची जादू - त्वरित आनंद कसा प्राप्त करावा
- भय, चिंता आणि क्रोध यांपासून - मुक्ती

या आध्यात्मिक कादंबऱ्यांद्वारे जीवनाचं गूढ रहस्य जाणा

- योग्य कर्मांद्वारे यशप्राप्ती - सन ऑफ बुद्धा
- शोध स्वतःचा - In Search of Peace
- पृथ्वी लक्ष्य - मृत्यूचं महासत्य
- दुःखात खुश राहण्याची कला - संवाद गीता

महापुरुषांची जीवनगाथा

आविष्कार 12 शक्तींचा

बेस्ट सेलर पुस्तकं 'विचार नियम' आणि 'शोध स्वतःचा' चे रचनाकार

सरश्री
यांच्या मार्गदर्शनावर आधारित

महापुरुषांची जीवनगाथा - **आविष्कार १२ शक्तींचा**

© Tejgyan Global Foundation

All Rights Reserved 2014.
Tejgyan Global Foundation is a charitable organisation having its headquarter in Pune, India.

सर्वाधिकार सुरक्षित
'वॉव पब्लिशिंग्ज्'द्वारे प्रकाशित हे पुस्तक अशा अटीवर विकण्यात येत आहे की प्रकाशकाच्या लेखी पूर्वअनुमतीविना ते व्यापाराच्या दृष्टीने अथवा अन्य प्रकारे उसने, भाड्याने अथवा विकत अन्य कोणत्याही प्रकारच्या बांधणीत अथवा अन्य मुखपृष्ठासह देता येणार नाही. तसेच अशाच प्रकारच्या अटी नंतरच्या ग्राहकावर बंधनकारक न करता आणि वर उल्लेखिलेल्या कॉपीराइटपुरत्या मर्यादित न ठेवता या पुस्तकाच्या कोणत्याही स्वरूपाच्या विनिमयास, तसेच कॉपीराइटधारक व वर उल्लेखिलेले प्रकाशक दोघांच्याही लेखी पूर्वअनुमतीविना इलेक्ट्रॉनिक, मेकॅनिकल, फोटोकॉपी, रेकॉर्डिंग इत्यादी प्रकारे या पुस्तकाचा कोणताही अंश पुनःप्रस्तुत करण्यास, जवळ बाळगण्यास अथवा सुधारित स्वरूपात प्रस्तुत करण्यास मनाई आहे.

ISBN : 9788184154030

प्रकाशक : वॉव पब्लिशिंग्ज् प्रा. लि., पुणे

प्रथम आवृत्ती : जुलै २०१६

(सदर पुस्तकाची तेजज्ञान ग्लोबल फाउंडेशनद्वारे प्रथम आवृती प्रकाशित झाली आहे.)

'महापुरुषों के जीवन से १२ शक्तियों की अभिव्यक्ति' या मूळ हिंदी पुस्तकाचा मराठी अनुवाद

Mahapurushanchi Jeevangatha - Avishkar 12 Shakticha
by **Tejgyan Global Foundation**

त्या सर्व महापुरुषांना हे पुस्तक समर्पित, ज्यांनी संदेश आकाश सत्यप्रेमींपर्यंत पोहोचवलं...

सरश्रींचं व्ही.सी.डी.द्वारा हिंदी भाषेत उपलब्ध असलेलं मार्गदर्शन

१. सत्य साधकांसाठी

- God Realisation – ईश्वर प्राप्ति के ८ कदम
- The मन– कैसे बने मन : नमन, सुमन, अमन और अकंप
- एक भाव, एक दिशा – एक से व्यवहार असली अध्यात्म है
- मृत्यु – मृत्यु के डर से मुक्ति, जीवन जीने का रहस्य
- वर्तमान में कैसे रहें– आओ आश्चर्य करना सीखें
- पृथ्वी लक्ष्य– पृथ्वी पर क्यों आए और क्या करें
- निराकार का आकार– क्या ईश्वर निराकार है
- आज़ादी का आनंद कैसे पाएँ– इंसान की सात ज़रूरतें
- महाआसन– सीक्रेट इज सी ग्रेट
- पृथ्वी प्रतिसाद – पृथ्वी पर जीने के चार तरीके
- मोक्ष– कब, क्यों, कहाँ और कैसे
- मूर्ति पूजा करें या न करें – मूर्ति पूजा रहस्य
- सबसे बड़ी दौलत कैसे प्राप्त करें – चेतना के सात स्तर
- संघ ध्यान– कैसे और क्यों करें
- दिशा ध्यान – Attention Directed Meditation
- सुरक्षित ध्यान – पूर्व और अपूर्व तैयारी
- संपूर्ण ध्यान – The Complete Meditation

२. सर्वांसाठी

- तनाव मुक्त जीवन कैसे जीएँ – संतुलित जीवन कैसे जीएँ
- आत्मविश्वास कैसे प्राप्त करें – Greatest Vibration on Earth
- जो कर हँसकर कर – अपनी मदद करने के लिए ईश्वर की मदद कैसे करें
- जीवन में कैसे खेलें, खिलें, खुलें – How to blossom in life
- आओ जीना सीखें – 13 Lessons of Life
- जीवन दर्शन और मान्यताएँ – मन की मान्यताएँ
- दुःख मुक्ति रहस्य – खुश क्यों और कैसे रहें
- सरल लेकिन शक्तिशाली जीवन कैसे जीएँ
- पूर्ण इंसान कैसे बनें – मैच्युरिटी कैसे प्राप्त करें
- स्वसंवाद का जादू – अपना रिमोट कंट्रोल कैसे प्राप्त करें
- निर्णय लेने की कला – वचनबद्ध निर्णय और ज़िम्मेदारी कैसे लें
- शांति की शक्ति आपका लक्ष्य

अनुक्रमणिका

प्रस्तावना	महापुरुषांच्या जीवनाचा शोध	११
अध्याय १	जीवन... टन की छटाक सत्य आणि असत्याची कहाणी	१४
खंड १	महापुरुषांचं जीवन दर्शन	२१
अध्याय २	पहिली शक्ती- पॉवर ऑफ प्रेझेंस संत हरिदासांची अलौकिक सेवा	२३
अध्याय ३	निर्मळ मनाची अनासक्ती मनाला लगाम घालणारे जुनैद	२९
अध्याय ४	दुसरी शक्ती - पॉवर ऑफ प्रेजेंट स्पाइडरमॅन आणि सुपरमॅन बना	३४
अध्याय ५	जबाबदारी आणि निष्ठा आज्ञापालनाचे अप्रतिम उदाहरण – आरुणी	४१
अध्याय ६	तिसरी शक्ती – विनाअट प्रेमाची शक्ती आंतरिक सौंदर्याचे धनी – सुकरात	४६
अध्याय ७	स्वार्थाचा अर्थ स्वामी विवेकानंदांचे अव्यक्तिगत जीवन	५२
अध्याय ८	चौथी शक्ती - पॉवर ऑफ स्टॅबिलायझेशन यवक्रीताचा व्यर्थ हट्ट	५७
अध्याय ९	ईश्वराची खरी आराधना कर्मयोगी संत रैदास	६४

अध्याय	१०	**पाचवी शक्ती – पॉवर ऑफ ॲग्रीमेंट**	
		अंतरात्म्याच्या आवाजाला सहमती	७०
अध्याय	११	**कणाकणात सामावलेला ईश्वर**	
		संत नामदेवांचा ईश्वराबाबतचा दृष्टिकोन	७६
अध्याय	१२	**सहावी शक्ती – कृतज्ञताभाव शक्ती**	
		भक्ती आणि प्रेमाचा अद्भुत संगम – मीरा	८१
अध्याय	१३	**ईश्वरच आपला स्रोत**	
		विश्वासबीजाची पेरणी	८६
अध्याय	१४	**सातवी शक्ती-शब्दशक्ती –पॉवर ऑफ वर्डस्**	
		शोक न करणारा अशोक	९२
अध्याय	१५	**गुरूंचे महत्त्व**	
		हिऱ्यांची पारख करणारे गुरू नानक	९९
अध्याय	१६	**आठवी शक्ती – दिशायुक्त कल्पनाशक्ती**	
		शिष्याची दूरदृष्टी	१०६
अध्याय	१७	**शिकण्याची कला अवगत करा**	
		ज्ञान आत्मसात करणारा युधिष्ठिर	१११
अध्याय	१८	**नववी शक्ती – पॉवर ऑफ मंथन**	
		आदि शंकराचार्यांची ज्ञानलालसा	११७
अध्याय	१९	**धर्माची खरी परिभाषा**	
		धर्माची समज देणारे गुरू गोविंद सिंह	१२३
अध्याय	२०	**दहावी शक्ती – पॉवर ऑफ चॉइस**	
		संत एकनाथांची निवड आणि एकाग्रता	१२८
अध्याय	२१	**धर्मशाळेलाच ध्येय मानू नका**	
		जीवनाचं सार्थक करा	१३४

अध्याय	२२	**अकरावी शक्ती – पॉवर ऑफ फोकस**	
		कुल-मूल उद्देश (संपूर्ण ध्येय)	१४०
अध्याय	२३	**अतूट आणि अटळ नियम**	
		संत जुनैद यांचा तात्त्विक दृष्टिकोन	१४७
अध्याय	२४	**बारावी शक्ती-उदासीन उत्साहशक्ती**	
		मायेबाबत अलिप्त असणारे – चुआंग त्सू	१५३
अध्याय	२५	**कोरा कागद व्हा**	
		संत तुलसीदासांचे मोहतेज जीवन	१६०
अध्याय	२६	**ईश्वरावर अतूट विश्वास**	
		ममतेची मूर्ती – मदर तेरेसा	१६६
अध्याय	२७	**खरा श्रीमंत कोण**	
		गुरू नानकांची शिकवण	१७२
अध्याय	२८	**स्वतःला कमी लेखू नका**	
		उत्तम जवाहिर बना	१७८
खंड	**२**	**दोन प्रेरक गोष्टी**	**१८३**
अध्याय	२९	**अखंड जीवन जगा**	
		बोलणं आणि वागणं एकसारखं असावं	१८५
अध्याय	३०	**तुझी इच्छा तीच माझी इच्छा**	
		राजाचा भरवसा दैवावर, मंत्र्याचा विश्वास ईश्वरावर	१९०
		परिशिष्ट	१९५–२०८

प्रस्तावना...!

महापुरुषांच्या जीवनाचा शोध

तुम्हाला माहितीए, तुम्ही काय शोधत आहात? एखाद्या वस्तूबाबत तुम्ही पूर्णपणे अनभिज्ञ असूनही नेमकी तीच वस्तू शोधण्याचा तुम्ही प्रयत्न करत आहात, असं तुमच्याबाबतीत कधी झालंय का? नाही! पण आपल्यापैकी प्रत्येकाच्या जीवनात नेमकं हेच तर घडतंय. हे ऐकून कदाचित तुम्हाला हसू येईल, आश्चर्य वाटेल किंवा हे धादांत खोटंसुद्धा वाटू शकेल.

एखाद्या माणसाचं घड्याळ हरवतं आणि ते शोधण्याचा तो प्रयत्न करतो; पण ते शोधताना त्या घड्याळाची कंपनी, रंग, तसंच ते कशासाठी शोधायचं, याची त्याला पूर्ण कल्पना असते. त्याचवेळी 'तुम्ही काय शोधताय?' असा प्रश्न कुणी विचारला, तर 'मी काय शोधतोय, तेच मला माहीत नाही' असे उत्तर तुम्ही दिल्याचं अद्यापपर्यंत कधी झालंय? नाही ना परंतु जीवनात सत्यप्राप्तीबाबत (अंतिम ध्येय) आपली अवस्था अगदी अशीच काहीशी होते.

शरीर, मन आणि बुद्धीच्या पलीकडे असणाऱ्या 'स्वस्वरूपाचा' शोध घेणं, हे मानवी जीवनाचं परमोच्च ध्येय आहे. हे सत्य म्हणजे स्वतःच्या अस्तित्वाची

जाणीव (Consciousness), परमचेतना आणि 'असली मी' जो असीम असून व्यक्तिगत अहंकारापलीकडं आहे. ते 'वैश्विक' म्हणजे समष्टीरूप (Universal I) आहे. जेथे सर्व एकच असल्याचा म्हणजे एकात्मता आणि समग्रतेचा अनुभव येतो. खरंतर हा सत्यदर्शनाचा अनुभव शब्दात व्यक्त करणं केवळ अशक्य! कारण तो शरीर आणि मन या दोन्हींच्या पलीकडील अनुभव आहे. त्याच्याकडे केवळ निर्देश करता येतो. कथा-कहाण्या त्याविषयी केवळ संकेत देतात. मान्यकथा आणि परंपरांचं पांघरूण आपण सगळ्यांनी अंगावर ओढल्याने खऱ्या अनुभवाला माणूस पारखा होतो. या समस्येवरील उपाय म्हणजे सत्य श्रवण आणि पठण. भ्रामक मान्यकथा आणि चुकीच्या धारणांचा पडदा हटताच ईश्वराला ओळखणं सोपं होतं. **स्वतःला ओळखणं, ईश्वराला जाणणं किंवा खरं अध्यात्म समजून घेणं या तीनही वेगवेगळ्या गोष्टी नसून एकच आहेत. 'मी कोण आहे?' या प्रश्नाचं उत्तर ज्याला मिळालं, त्यानं ईश्वराला जाणलं.**

जो सदैव आपला आहे, आपल्यातच स्थित आहे, त्याला पुनश्च जाणण्याची कला म्हणजेच अध्यात्म! हा अनुभव आपल्या आजूबाजूला चौफेर अस्तित्वात आहे, पण तो ओळखण्यास आपण असमर्थ आहोत. शरीराच्या माध्यमातूनच याची प्रचिती येऊ शकते. शब्दातीत, निराकार असा हा अनुभव आहे.

या परम अनुभवापर्यंत पोहोचण्यासाठी सुरुवातीला कर्मकांडांचा आधार घेतला जातो, पण तीच कर्मकांडे अडथळा ठरू नयेत, याची काळजी घ्यावी लागते. म्हणून निरनिराळे विधी, कर्मकांडे यात न अडकता शुद्ध अनुभवाकडे पोहोचण्याचं उद्दिष्ट डोळ्यांसमोर ठेवा. यासाठी महापुरुषांच्या जीवनाचा शोध घ्या. उद्दिष्टापर्यंत पोहोचण्याची वाटचाल सोपी व्हावी, यासाठी प्रस्तुत पुस्तकात महापुरुषांच्या जीवनात घडलेल्या घटना तसेच काही प्रेरक ठरणाऱ्या कहाण्या उद्धृत केल्या आहेत. 'तेजज्ञानाचे मोती आणि बारा शक्ती' यामध्ये या घटना ओवून तयार केल्या आहेत. त्या पुनःपुन्हा वाचल्यानंतर त्यांच्यासारखं जीवन जगण्याची प्रेरणा आपल्याला मिळेल. याचा याहून अधिक चांगला परिणाम काय बरं असू शकतो?

खरंतर कळत-नकळत सर्व महापुरुषांनी आपल्या जीवनात या बारा शक्तींची अभिव्यक्ती केलेली आहे. आपणसुद्धा आपल्या जीवनात या शक्तींची अभिव्यक्ती करून जीवन सार्थकी लावू या.

तसं पाहता सर्वच महापुरुषांचे जीवन जाणून घेऊन, मनन करण्यायोग्य असतं. पण या पुस्तकात काही महापुरुषांच्या जीवनाशी निगडित अशा एक-एक घटना समाविष्ट केलेल्या आहेत. या घटना आपल्याला काही ना काही असा बोध प्रदान करतील, जो आज आपल्यासाठी आवश्यक आहे. शिवाय तो प्रस्तुत पुस्तकरूपात आपल्या हातातही आहे.

...सरश्री

अध्याय १

जीवन... टन की छटाक
सत्य आणि असत्याची कहाणी

सत्याचा शोध घेणाऱ्या साधकांनो, मानवी जीवनाला बारा मुख्य शक्तींचं वरदान लाभलंय. या बारा शक्तींपैकी एक आहे मंथनशक्ती! ती आचरणात आणल्यामुळे आपण आपली मनन करण्याची क्षमता वाढवू शकतो. जीवनाचं वास्तव या कहाणीमधून आपण समजून घेऊ या.

एका माणसाजवळ सोन्याची नाणी साठवून ठेवलेला एक हंडा होता. तो हंडा म्हणजे त्या माणसाची सगळी संपत्ती होती. 'इतकी वर्षं मी ही संपत्ती साठवून आयुष्यात ऐश्वर्याचा आनंद उपभोगला आहे. आता मात्र मी हा खजिना बाहेर काढून डोळे भरून पाहीन आणि आनंदी होईन,' असा विचार करून त्यानं सगळी नाणी बाहेर काढली. त्यावेळी काही नाणी अस्पष्ट असल्याचं त्याच्या लक्षात आलं.

खरं नाणं कोणतं आणि खोटं कोणतं, हे पारखण्यासाठी त्यानं ते नीट तपासून घेण्याचं ठरविलं. जी नाणी खरी असतील, तीच हंड्यात टाकायचं त्यानं निश्चित केलं. नाणी नीट पारखून घेण्याचं काम सुरू झालं. आपली परीक्षा होणार असल्याची बातमी खोट्या नाण्यांना समजली. आता आपलं काही खरं नाही, या भीतीने घाबरून स्वतःच्या बचावासाठी ती एकमेकांबरोबर सल्ला-मसलत करू लागली. त्यात थोडाफार विचार करू शकणारं एक लहान नाणं होतं. "आता यातून वाचण्याचा एकच मार्ग आहे. आपण सगळे चमकायला लागू या. असं केल्याने श्रीमंत माणूस आपल्याला सोन्याचे समजून हंड्यात टाकेल." असा विचार करून, खोट्या नाण्यांनी हंड्यात टाकले जाईपर्यंत चमकत राहण्यासाठी आपली पूर्ण शक्ती पणाला लावली.

आता खऱ्या नाण्यांसोबत खोटी नाणीदेखील चकाकू लागली. एकेक नाणं उचलून तो माणूस हंड्यात टाकत होता. सगळीच नाणी चमकत असल्याने खोट्या नाण्यांनादेखील खरी समजून तो भराभर हंड्यात टाकत होता. एवढ्यात एक खोटं नाणं त्याच्या हातातून निसटून जमिनीवर पडलं. पडल्याबरोबर 'छटाक' असा आवाज आला. हा आवाज ऐकल्याबरोबर त्यानं कान टवकारले. या नाण्यातून हा आवाज कसा बरं आला, याचा विचार तो करू लागला. मग त्यानं दुसरंही नाणं जमिनीवर टाकून बघितलं आणि यावेळी मात्र आवाज आला 'टण्...!

आता मात्र त्या माणसाला खरं आणि खोटं नाणं पारखण्याचं गुपित उलगडलं. खोटं नाणं जमिनीवर पडल्यावर येणारा आवाज आणि सोन्याचं खरं नाणं जमिनीवर पडल्याचा आवाज वेगळा असतो! खरं नाणं पडताच 'टण् टण्' असा आवाज येतो, तर खोटं नाणं पडताच, 'छटाक् छटाक्' असा येतो, हे गुपित त्याला समजलं आणि मग खोट्या नाण्यांचं पितळ

उघडं पडलं. कधी 'टण्' आणि कधी 'छटाक' हे समजल्यावर तो मनातल्या मनात अतिशय खूष झाला. जमेल तसं त्याने खऱ्या व खोट्या नाण्यांना एकामागून एक जमिनीवर आपटून, पारखून वेगवेगळं केलं. सुरुवातीला तर तो वरवरची चमक बघून नाणी हंड्यात टाकत होता. पण आता मात्र त्याला वरवरच्या चकाकीवर न भाळता नाणे पारखण्याची योग्य पद्धत माहीत झाली होती. मग त्याच्या मनात शंका आली, यापूर्वीसुद्धा मी काही नाणी अशीच हंड्यात टाकली होती, त्यातही काही खोटी नाणी असू शकतील. तीही पारखून घ्यायला हवी. असा विचार करून त्यानं हंड्यातली सारी नाणी पुन्हा बाहेर काढून पारखून घेतली आणि फक्त खरी नाणीच आत टाकली.

प्रस्तुत कहाणी वाचून तुम्हाला वाटेल, प्रत्यक्ष जीवनातसुद्धा सत्य आणि असत्य यातील फरक ओळखण्याची एखादी सुलभ युक्ती असायला हवी होती आणि आश्चर्याची बाब म्हणजे अशी पद्धत सदैव आपल्याजवळ उपलब्ध आहे आणि तीसुद्धा आपल्या अंतर्यामीच!

ही कथा मानवी जीवनाकडे अंगुलीनिर्देश करतेय. माणसाच्या बाबतीत पण अगदी असंच घडतं. तोदेखील खोटी नाणी खरी समजून स्वतःजवळ ठेवून घ्यायला प्रवृत्त होतो. खोटी नाणी म्हणजे मनात येणारे नकारात्मक विचार, मान्यता, आपण लावत असलेली बिरुदं किंवा कोणत्याही गोष्टीवर मारले जाणारे शिक्के आणि अनेकविध वृत्ती-प्रवृत्ती. जेव्हा आपण आपला प्रत्येक विचार समजेद्वारे तपासून नीट पडताळून घ्याल, तेव्हा नकारात्मक विचार विलीन होऊन फक्त सकारात्मक विचारच मनात प्रवेश करतील. प्रत्येक विचाराची प्रामाणिकपणे विचारपूस होताच अनावश्यक विचार आपोआपच विलीन होतील. 'मननाची' सुरुवात कशी करावी, असं जेव्हा समजणार नाही, तेव्हा स्वतःलाच 'कधी?, का?, काय?, कसे?, कोण?, कुठे?' हे सहा प्रश्न विचारून मनन-चिंतन सुरू करायला हवं.

आपले अनेक विचारदेखील या कथेतल्या खोट्या नाण्यांप्रमाणे असतात. बहुतेकवेळा माणसाच्या जीवनात जेव्हा एखादी दुःखदायक घटना घडते, तेव्हा त्याचं मन विचार करू लागतं. जसं, 'देवानं माझ्याच बाबतीत हे असं का केलं, खरंतर असं व्हायला नको होतं, हे चुकीचं झालं' वगैरे. असे विचारच माणसाला योग्य वाटतात आणि त्याला त्याचाच आधार वाटतो. पण तुमच्या मनात असे विचार येताच त्यांच्या खोट्या चकाकीमुळे प्रभावित होऊ नका. असे विचार समजेद्वारा पारखून त्यांची रास्त चौकशी करा. जो खरा विचार असेल, तो टण् म्हणजे 'सेल्फ'चा आवाज करेल, नाहीतर छटाक असा 'मना'चा आवाज येईल. अर्थातच सत्यविचारांमुळे आनंद वाढेल आणि खोटे विचार दुःखदायक ठरतील.

या गोष्टीपासून प्रेरणा घेऊन आपण आपला प्रत्येक विचार पारखून घेऊन, मंथन करूनच शरीररूपी हंड्यात टाकू या. जेव्हा आपण प्रत्येक विचार, नीट बघून, पारखून हंड्यात टाकाल, तेव्हा खोटी नाणी म्हणजेच असत्य विचार आपोआपच नष्ट होतील आणि केवळ सत्य विचारच शरीररूपी हंड्यात प्रवेश करतील. अशा प्रकारे आयुष्यावर मंथन करता-करता आपलीच गीता प्रकट होऊ लागेल.

ईश्वरदेखील वेगवेगळ्या घटनांमधून लोकांना पारखून घेत असतो. एखादं संकट कोसळलं, दुःखद घटना घडली, तर आपण छटाक-छटाक करून रडतो, की टण्-टण् करून हसतो हे तो बघत असतो. म्हणून मंथन असे करा, की माझ्या जीवनात एखादी घटना घडल्यावर माझ्यातून 'छटाक-छटाक' असा आवाज येतो, की 'टण्-टण्?' तात्पर्य, आपण प्रत्येक घटनेचा आनंदाने स्वीकार करतो, की दुःखी होऊन रडतो? वास्तविक प्रत्येक प्रसंग आपल्याला आधीपेक्षा उत्तम आणि निश्चल बनविण्यासाठीच असतो.

जसं, सोनं अग्नीमध्ये तापवल्यावर झळाळून उठतं, तसंच आपण आपल्या जीवनात येणारी प्रत्येक घटना, समस्या यांना आनंदाने तोंड देत पुढं गेल्यास

मनातले अवाजवी, अनावश्यक विचार नष्ट होतात आणि सत्यावी विचार सुवर्णाप्रमाणे चकाकू लागतात. ही ईश्वराची कार्य करण्याची पद्धत आहे. कारण ईश्वरीय इच्छा ही असते, की आपला समाज उच्च प्रतीच्या नाण्यांनी, अर्थातच विकसित लोकांनी युक्त असावा.

समुद्रमंथनावेळी घुसळण्यासाठी पर्वताचा, तर दोरी म्हणून सापाचा उपयोग करण्यात आला होता. त्यावेळी समुद्रातून केवळ अमृत आणि विषच नव्हे, तर चौदा रत्ने आणि भगवान धन्वंतरीपण निघाले. त्याखेरीज त्यातून बरंच काही निघालं. पण याचा अर्थ समुद्रात तेवढंच होतं, असा होतो का? नाही. समुद्रात तर बरंच काही होतं, पण देव आणि दानव यांच्या शक्तीनुसार काहीच गोष्टी समुद्रातून बाहेर आल्या.

मंथनासाठी एका बाजूला देव व दुसऱ्या बाजूला दानवांना उभं केलं गेलं. चांगलं आणि वाईट यातून निवड करण्यासाठी मनन करायला हवं, याकडे ही कथा संकेत करते. समुद्र हृदयस्थानाचं प्रतीक आहे, तो स्त्रोत आहे, सर्व गोष्टींचे उगमस्थान आहे. विश्वातील रचनात्मक गोष्टींच्या निर्मितीचं ते स्थान आहे.

नागाचा फणा म्हणजे आपली इंद्रिय... विचारांवर मनन करताना आपल्या इंद्रियांना योग्य दिशा द्यायला हवी; अन्यथा इंद्रिये चुकीच्या गोष्टींमध्ये गुरफटतील. बहुधा माणूस दृश्य गोष्टीच बघतो. त्याच्या अवलोकनाच्या कक्षा मर्यादित असतात. जे दिसतं केवळ तेवढंच न पाहता, त्यामागं लपलेलं अदृश्य सत्य बघण्याचं प्रशिक्षण मंथनामुळे प्राप्त होतं. डोळ्यांना दिसणाऱ्या दृश्यामुळे तसेच विचार येतात आणि आचरणही तसंच घडतं. अज्ञानामुळे आपल्याकडून चुकीची प्रार्थना होऊन आपण जुनेच दुःखद मागणे मागतो. कारण योग्य प्रकारे अवलोकन करण्याचं प्रशिक्षणच आपणाला मिळालं नाही.

'मला प्रत्यक्षात जे दिसतंय आणि ज्या नकारात्मक घटना घडताहेत, त्या घडण्यामागे माझी कोणती प्रार्थना फलस्वरूप होतेय?' असा प्रश्न आपण मंथन

करताना जेव्हा स्वतःलाच विचाराल, तेव्हा आपल्याला जाणवेल, की सत्याधिष्ठित (स्टॅबिलाइज) होण्यासाठीच काही घटनांद्वारे आपली प्रार्थना फळाला येतेय.

या पुस्तकाच्या मदतीने आपण मंथन करू या. ज्या उद्देशाने आपण या पृथ्वीवर जन्म घेतला आहे, तो उद्देश पूर्ण होतो आहे का? ऐहिक जीवनाशी संबंधित पद, प्रतिष्ठा, पैसा, मानसन्मान या गोष्टी गोळा करण्यात आपण आपले संपूर्ण जीवन व्यर्थ घालविणार आहोत का? आपण अंतिम सत्याच्या (पृथ्वी लक्ष्य) प्राप्तीसाठी वेळ काढणार आहोत, की नाही? पुस्तक वाचण्यासाठी आपण वेळ तर दिलात. मग या अविस्मरणीय अवधीमध्ये आपल्या शरीररूपी हंड्यातील खरी नाणी निवडून वेगळी करू या!

पुस्तकाचा लाभ कसा घ्याल

१. सत्य पठणाची तृष्णा असणाऱ्या आणि आत्ममंथन करून सहज, सरळ आणि प्रामाणिक जीवन जगू इच्छिणाऱ्या लोकांसाठी हे पुस्तक आहे.

२. वाचकांच्या सोयीसाठी पुस्तकाचे तीस भागांत विभाजन केलेले आहे. आपल्याला हे पुस्तक केवळ वाचायचं नसून, प्रत्येक प्रकरणातील कथेवर आणि तिच्या आशयावर मननदेखील करायचं आहे.

३. प्रत्येक प्रकरणाच्या शेवटी दिलेल्या मनन प्रश्नांवर मनन करून उत्तरे लिहिण्याचा प्रयत्न करावा.

४. पुस्तकात दिलेल्या १२ शक्तींचे मनन व आचरण करून त्यांना आपल्या जीवनाचा अविभाज्य भाग बनवा.

५. **हे पुस्तक आपल्यासाठी 'सेल्फ शिबिर' आहे.** एक अध्याय रोज वाचून त्यावर सखोल मनन-चिंतन करावे.

खंड १
महापुरुषांचं जीवन दर्शन

❖ अध्याय २ ❖
पहिली शक्ती- पॉवर ऑफ प्रेझेंस
उपस्थितीची शक्ती
संत हरिदासांची अलौकिक सेवा

'कोणताही मनुष्य ईश्वर आणि ऐश्वर्य यांची सेवा
एकाचवेळी करू शकत नाही.' -बायबल

आपल्याला या पृथ्वीतलावर जे काही मिळालंय, जसं-आपलं शरीर, त्यात येणारे विचार, आपली बुद्धि हे सर्व म्हणजे आपल्यावर झालेली कृपाच! या गोष्टींचा उपयोग, खरंतर आपण मानवजातीच्या सेवेसाठी, कल्याणासाठी करायला हवा. कारण यातच बारा शक्ती अभिव्यक्त झाल्या आहेत.

स्वतःच्या गरजांमधून बाहेर पडताच आपलं इतरांच्या गरजांकडे लक्ष जाऊ लागतं. मग खऱ्या अर्थाने सेवा व्हायला लागते. इतरांना प्रेम, समृद्धी, शांती या गोष्टी दिल्यानंतरच आपल्याही जीवनात अखंड प्रेम, समृद्धी आणि शांतीची द्वारं खुलतात.

ज्या गोष्टीसाठी आपण निमित्त बनतो, ती गोष्ट कित्येक पटींनी वाढून, आपल्या आयुष्यात प्रवेश करते. इतरांना दुःख देऊन कोणी सुख कसं बरं प्राप्त

करु शकेल? 'आपलं कार्य सेवारूप बनत आहे का?' यावर आपण अवश्य मनन करावं.

समजेद्वारा केलेले कामच सेवेची अभिव्यक्ती करेल. सेवा करताना दूरदृष्टीने मनन व्हायला हवं; जेणेकरून सेवा भक्तीत परिवर्तित होऊन आपल्याला कर्मबंधनांतून मुक्त करेल. आपण जेथे चाललो आहोत, तेथे पोहोचल्यावर, तेथील जीवन कसं असेल, हे आधीच जाणणं म्हणजे दूरदृष्टी. तिथली आवश्यकता नेमकी काय असेल आणि त्यानुसार आज आपण काय करायला हवं? हे जाणून त्यासाठी आपण आजच कर्म करण्यासाठी सुरुवात करायला हवी. प्रज्ञा, भावना आणि प्रेम या बाबी म्हणजे कर्माचा आत्मा आहेत. मग या गोष्टी जागृत होताच आपल्याकडून होणाऱ्या कर्मामुळे बंधन तयार न होता, आत्मसाक्षात्काराचं महाफळ प्राप्त होईल.

निसर्ग... ज्यात सूर्य, चंद्र, ढग, समुद्र, डोंगर, झाडे हे सर्वच येतात, ते आपल्याला निष्काम सेवेचीच शिकवण देतात. सगळी सृष्टी आपल्याला आज हेच तर सुचवीत आहे.

आपणदेखील निसर्गाकडून शिकायला हवे. सेवेचा एकच उद्देश आहे, सत्यप्राप्ती. परंतु आज केवळ दिखाऊपणासाठी ती केली जातेय. सेवा एक प्रकारचं बंधन होऊन बसली आहे. खरंतर ती बंधनातून मुक्त होण्यासाठी करायला हवी. सेवेतून आपल्याला आनंद मिळायला हवा. सेवेचा उपयोग आत्मसाक्षात्कारासाठी व्हायला हवा.

एक थोर आध्यात्मिक संत आणि गायक असणाऱ्या स्वामी हरिदासांकडून अशाच उद्देशानं कार्य घडत होतं. ते प्रत्येक कार्य परमपिता परमेश्वराला समर्पित करायचे. सम्राट अकबराच्या नवरत्नांपैकी एक म्हणजे महान गायक तानसेन. महान आध्यात्मिक संत आणि गायक असणाऱ्या स्वामी हरिदास यांचे ते शिष्य होते. एके दिवशी अकबराला

जरा लवकरच जाग आली. बऱ्याच प्रयत्नांनंतरही झोप न आल्याने अकबर महालाबाहेरील रम्य परिसरात फिरायला गेले. अकबर जेव्हा यमुनेच्या किनाऱ्यावर पोहोचले, तेव्हा त्यांना तेथील वातावरण प्रसन्न, शांत वाटले. थंडगार वारा सुटला होता आणि नदीच्या संथ प्रवाहात सूर्योदयाचं रमणीय प्रतिबिंब दिसत होतं. त्याचवेळी अकबराला मधुर गाण्याचे स्वर ऐकायला आले. नदीतीरावर राहत असलेले स्वामी हरिदास परमेश्वराचं स्तवन गात होते.

अकबराच्या दरबारात तानसेनसारखे गुणी संगीतकार असूनसुद्धा त्यांनी आजवर इतकं गोड व कर्णमधुर संगीत कधीच ऐकलं नव्हतं. भजन ऐकण्यात ते इतके तल्लीन झाले, की त्यांना आजूबाजूच्या परिस्थितीचं भानच राहिलं नाही. इतकं सुंदर भजन कोण गातंय याचा छडा लावायचं त्यांनी ठरविलं. तिथं गेल्यावर त्यांना समजलं, की स्वामी हरिदास ते भजन गात होते. त्यांच्या चेहऱ्यावरची अलौकिक शांती आणि आत्यंतिक आनंदाचे भाव बघून अकबराचं मन संतुष्ट झालं. स्वामी हरिदास, ईश्वराच्या आराधनेत अगदी तल्लीन झाल्यामुळे अकबरांकडे त्यांचं लक्षच गेलं नाही.

महालात आल्यावर, अकबर बराच वेळ विचार करत होते, तानसेनाच्या आवाजात ही जादू का नसावी? तानसेनाचं गायन गोड तर आहे, पण त्यात अलौकिकता आणि परमानंदाचा दिव्य स्पर्श का नसावा? याचं योग्य उत्तर मिळत नसल्यानं अकबराने तानसेनाला बोलावून विचारलं, 'हे बघ तानसेन, तू खूप छान गातोस. पण नदीकिनाऱ्यावरच्या गायकासारखे का नाही गाऊ शकत? त्याच्या गाण्यामध्ये जे माधुर्य होतं, ते तुझ्या गाण्यात कुठेच आढळत नाही.'

सम्राट अकबरांकडून त्या गायकाचं वर्णन ऐकल्यानंतर तानसेनला हे

पक्कं कळून चुकलं, की अकबराने निश्चितच स्वामी हरिदासांचं अलौकिक आनंद देणारं भजन ऐकलं असावं. मग तानसेन म्हणाला, 'महाराज, माझ्या आणि त्यांच्या संगीतात फरक असण्याचं कारण म्हणजे मी सम्राटासाठी गातो. पण माझे गुरू, स्वामी हरिदास सम्राटांच्या सम्राटासाठी गातात. त्यांचं संगीत परमपिता परमात्म्याला समर्पित असल्यानं ते अलौकिक आहे. पैशासाठी गाणं आणि परमेश्वरासाठी गाणं यांत फार मोठा फरक आहे. ईश्वरासाठी गाताना मनात हुरूप, आनंद आणि समर्पणाची जी भावना निर्माण होते, ती वेतनासाठी गाताना कशी निर्माण होणार?'

याचाच अर्थ आपल्या उद्दिष्टामुळे, कार्याच्या गुणवत्तेवर परिणाम होतो. तानसेन पगार, प्रसिद्धी आणि बक्षिसासाठी गात होता, तर दुसरीकडे स्वामी हरिदास ईश्वराची स्तुती करण्यासाठी पूर्ण समर्पित भावनेने, कुठल्याही परतफेडीची अपेक्षा न ठेवता हृदयातून गात असत. एकाला गाण्याच्या बदल्यात काही अपेक्षा होती, तर दुसऱ्याला 'काहीही नको' होते. तानसेन आपल्या उदरनिर्वाहासाठी नोकरी करत होता, तर स्वामी हरिदास तन-मन समर्पित करत होते. तानसेन राजाची सेवा करत होता आणि संत हरिदास ईश्वराच्या सेवेत मग्न होते. संत हरिदास पूर्णपणे रंगून गेल्यामुळेच (पॉवर ऑफ प्रेझेंस) त्यांच्याकडून अलौकिक कार्य घडत होतं.

पॉवर ऑफ प्रेझेंस म्हणजे उपस्थितीची शक्ती. ही पहिली शक्ति आहे. पॉवर ऑफ फॉर्मलेस प्रेझेंस... फॉर्मलेस म्हणजे निराकार. ही शक्ति सर्वांमध्ये आहे. ही उपस्थितीची शक्ति असल्यानं तिच्याद्वारे सर्व कामं होऊ शकतात. जसं- ईश्वराच्या उपस्थितीत सूर्य उगवतो. सूर्याच्या उपस्थितीत फुलं उमलतात. सर्वजण कार्यरत होतात. तसं पाहिलं तर सूर्य काही प्रत्येकाला जाऊन उठवत नाही. तो उपस्थित असतो एवढंच.

अगदी तसंच आपणदेखील उपस्थित राहू यात. कारण आपल्याजवळ

पॉवर ऑफ प्रेजेंस आहे. आपल्या मनात जर अहंकारयुक्त विचार असतील, तर आपल्या हातून कर्म होणार नाहीत, पण जेव्हा आपण स्वतःला शरीर न समजता निराकार समजून उपस्थित असाल, तर आपोआपच ध्येयप्राप्तीच्या दिशेने घटना घडायला लागतात. यातच या शक्तीचं सौंदर्य आहे, फक्त आपल्याला उपस्थित राहण्याची कला अवगत व्हायला हवी. जे लोक अशा उपस्थितीत काम करतात, त्यांची उपस्थिती परिणामकारक ठरते.

योग्य उपस्थितीबरोबर हे पण महत्त्वाचं असतं, की काम कोणत्या भावनेनं केलं जातंय? भावना जर स्वार्थी असेल, तर कामाच्या गुणवत्तेवर वाईट परिणाम होतो आणि भावना जर परोपकारी असेल तर कार्य उत्कृष्ट होतं. माणूस जर आपलं प्रत्येक काम परोपकाराच्या भावनेने करून, ईश्वराला समर्पित करू लागला, तर त्याच्या प्रत्येक कार्याला महानतेचा दिव्य स्पर्श प्राप्त होऊन ते सर्वोत्कृष्ट होऊ शकतं.

निष्काम भावनेनं केलेलं कोणतंही कर्म 'सेवायोग' बनतं. अशा सेवेत कोणत्याही व्यक्तिगत उद्देशासाठी सेवा न करता अव्यक्तिगत कार्याच्या पूर्तीसाठी सेवा केली जाते. म्हणजेच समज आणि ज्ञानाद्वारे एकाच परम सत्याची सेवा केली जाते. यालाच म्हणतात, 'तेजसेवा' जी स्वतःच मोक्षाचा मार्ग बनते.

अशा सेवेत फळाची आशा न ठेवता ईश्वराला समर्पित करण्यात आलेली अव्यक्तिगत कर्मं माणसाकडून होऊ लागतात. माणसाला जेव्हा सत्यप्राप्ती होते, तेव्हा त्याची बुद्धि मोहमायेत न अडकता खऱ्या 'स्व'रूपामध्ये स्थिर होते. त्यानंतर त्याच्याकडून होणारी कर्मं आसक्तिरहित होतात. कर्म करताना जर त्याबाबतचं ज्ञान, जागरूकता आणि समज असेल, तर अशी कर्मं बंधनाला कारणीभूत ठरत नाहीत.

◆ मनन प्रश्न ◆

संत हरिदासांच्या गोष्टीतून आपण काय बोध घेतलात?

आपल्याकडून होणारी कार्यं व्यक्तिगत आहेत, की अव्यक्तिगत? आपली कामं सेवेत रूपांतरित होत आहेत का? होत असतील तर कशा प्रकारे?

आपले प्रत्येक कर्म कोणत्या अवस्थेत होत आहे?

ज्ञान ☐ जागृती ☐ समज ☐

'उपस्थिती'ची शक्ती जाणल्यानंतर आता प्रत्येक ठिकाणी, आपली उपस्थिती कशी असेल?

◆ आजचा संकल्प ◆

निःस्वार्थ सेवेसाठी आज नियतीचे आभार मानायचे आहेत.

❖ अध्याय ३ ❖
निर्मळ मनाची अनासक्ती
मनाला लगाम घालणारे जुनैद

इंद्रिय सुखांबाबतची आत्यंतिक आसक्ती बंधनाकडे नेते,
तर विरक्ती मुक्तीकडे! त्यामुळे केवळ मन आणि मनच
बंधन वा आसक्तीसाठी जबाबदार आहे. - चाणक्य

एकदा सुफी संत जुनैद आपल्या शिष्यांसमवेत बाजारातून जात होते. तेव्हा त्यांच्या एका शिष्याने विचारले, 'आपण या वेड्या मनाला कसा अटकाव घालू शकतो? यावर काही उपाय सांगा.' त्यावेळी जुनैद काहीच न बोलता उत्तर देण्यासाठी योग्य वेळेची वाट पाहू लागले आणि थोड्याच वेळात त्यांना ही संधी मिळालीदेखील!

एक माणूस गायीला दोरी बांधून ओढत नेत होता. जुनैदनी त्या माणसाला थोडा वेळ थांबायला सांगून ते आपल्या शिष्यांना म्हणाले, आता मी तुम्हाला एक महत्त्वाचा पाठ सांगणार आहे. त्यांनी शिष्यांना प्रश्न विचारला, 'मला सांगा, कोणी कोणाला बांधलं आहे? या मनुष्याने

गायीला बांधलंय, की गायीने मनुष्याला?' त्यावर शिष्य म्हणाले, 'अर्थातच! या माणसाने गायीला बांधलंय. तो तिचा मालक आहे. तो जिथं जाईल, तिथं गायीलादेखील जावं लागेल.'

यानंतर जुनैदने कात्रीने त्या दोरीला कापले. दोरी तुटताच गाय पळाली. गायीचा मालक जुनैदला अद्वा-तद्वा बोलत तिच्यामागे पळू लागला. तेव्हा जुनैद आपल्या शिष्यांना म्हणाले, 'आता तुम्हाला समजलंच असेल, खरा मालक कोण आहे ते! गायीला या माणसाबद्दल थोडेदेखील प्रेम नाही, म्हणूनच तर दोरी कापल्याबरोबर ती त्याच्यापासून दूर पळायला लागली.' त्यानंतर थोडा वेळ थांबून जुनैद म्हणाले, 'तुमच्या मनासोबतदेखील अगदी असंच होत असतं. तुमच्या मनात जे निरर्थक विचार भरलेले आहेत, त्यांना तुम्ही अजिबात आवडत नाही. खरंतर ही आवड तुम्हालाच आहे. म्हणून तुम्ही त्यांना आपल्या आत भरून ठेवलेलं आहे. ज्या क्षणी तुमची यातली गोडी संपेल, ज्या क्षणी तुम्हाला यातली निरर्थकता लक्षात येईल, तत्क्षणी तुम्ही दोरी कापून टाकू शकता. मग तुमचे मनदेखील गायीप्रमाणे तुमच्यापासून दूर पळू लागेल.'

मनाची सर्वांत मोठी दोरी म्हणजे काम अर्थातच कामना, इच्छा, वासना. इथूनच मनाला जीवनरस मिळतो. यामुळेच तर मन जिवंत राहतं. मनाचं मूळ कार्य आहे, इच्छा आणि कामना जागृत करणं. इच्छा अपूर्ण राहताच क्रोध निर्माण होतो, पण त्या पूर्ण होताच मनात लोभ जागृत होतो. लोभानंतर जेव्हा सर्व गोष्टी मिळू लागतात, तेव्हा त्या वस्तूंप्रती मोह निर्माण होतो. मग वस्तू साठवून ठेवायची प्रवृत्ती बळावते. वस्तूंची मालकी मिळाल्यामुळे अहंकार निर्माण होतो. अशा तऱ्हेने मनाला बांधणारी बेडी वेगवेगळ्या कड्यांनी बनलेली आहे. या बेडीतल्या एखाद्या कडीला जरी समजून घेऊन दुबळं केलं, तर मन बंधनांतून मुक्त होऊ शकतं. यासाठी मनाला चांगल्या सवयी लावणं अत्यंत आवश्यक आहे.

जेव्हा-केव्हा वेळ मिळेल, तेव्हा मनाला योग्य प्रशिक्षण देऊ या. आपल्याजवळ जर अर्धा तास वेळ असेल, तर त्या अर्ध्या तासासाठी का होईना, मनाला ध्यान, एकाग्रता, उद्दिष्ट, प्रार्थना, सकारात्मक विचार आणि निष्काम सेवेचं प्रशिक्षण द्यावं. प्रशिक्षित मनाकडून नेहमी उत्तमोत्तम कार्य पार पडतात आणि म्हणूनच प्रशिक्षणासाठी वेळ देणं आवश्यक आहे. नाही तर अप्रशिक्षित मन सर्वांसमोर आपले मोठेपण मिरविण्याचा प्रयत्न करेल.

मनाला एक प्रकारच्या लगामाची आवश्यकता असते. असा लगाम, जो मनालाही आवडेल. प्रेम आणि भक्तीचे लगाम ही मनासाठीची उत्तम साधनं आहेत. खऱ्या ईश्वरप्रेमाचा हा लगाम मनाला आवडू लागताच ते कुठल्याही करमणुकीमध्ये न गुरफटता भक्तीत रमू लागेल.

स्वतःलाच उलट-सुलट प्रश्न विचारून ईश्वराला समर्पित होण्याचे, न-मन होण्याचे प्रशिक्षण मनाला द्यायला हवे. मनाला जेव्हा समर्पित होण्याची गोडी वाटू लागेल, तेव्हा 'स्व', 'सेल्फ' सहजतेने प्रकाशित होईल. यासाठी ध्यान करताना स्वचौकशी (मी कोण आहे?) करण्याची नवीन सवय लावून घेणे गरजेचे आहे.

मनात सतत अनेक विचार येत असतात. आपले काम सहजपणानं करणारं मन हे विचारांचं यंत्र आहे. तसं विचार येणं चुकीचं नाही. आपल्याला फक्त त्याला दिशा द्यायची आहे. मनाला योग्य दिशा देण्यासाठी आणखी एक विचार निर्माण करायचा आहे. याचा अर्थ असा नाही, की आपल्याला विचार करायचाच नाही, पण जर आपण विचार करतोच आहोत, तर नवीन, सत्याचा (सत्यावी) विचार का करू नये? 'मी कोण आहे?' असं विचारून मनाला योग्य दिशा द्या.

मूल जेव्हा रागाच्या भरात घरातील वस्तूंची तोडफोड करत असतं, तेव्हा त्याला 'बाळा, अशी तोडफोड करू नकोस' असं सांगताच ते काय करतं बरं? ते आणखी जोरजोरात वस्तूंची आदळआपट करू लागतं. तेव्हा त्याला सांगावं,

तोडफोड करतोच आहेस, तर जळणासाठी ही लाकडं तरी तोड. आणखी एक गोष्ट जेव्हा मुलाला तोडण्यासाठी दिली जाते, तेव्हा तो आश्चर्यचकित होतो आणि शांत व्हायला लागतो. याच प्रकारे आपण विचार करतच आहोत, तर आपल्याकडून आणखी एक सत्यावी विचार जोडावा, 'हे सारे विचार करणारा कोण?' कारण जो विचार करतो, त्याच्याकडूनच काम करून घ्यायचं आहे. त्यालाच सेवेत गुंतवायचं आहे.

अशा तऱ्हेने आपल्या मनाला सत्यावी विचारांचे प्रशिक्षण देऊन योग्य आणि नवी दिशा द्यावी; जेणेकरून हे मन सु-मन म्हणजेच निर्मळ होईल. नंतर हेच मन जेव्हा 'अ-मन' होईल, तेव्हा विश्वात शांती (अमन) पसरेल.

➡

◆ मनन प्रश्न ◆

संत जुनैदच्या कहाणीतून आपण काय शिकलात?
_____
_____

मन तुमच्या ताब्यात आहे, की तुम्ही मनाच्या?
_____
_____

मन हेच आसक्ती आणि बंधनांचं कारण आहे, असं आपण मानतो का? जर 'हो' असं वाटत असेल तर कशा प्रकारे?
_____
_____

मनाला प्रशिक्षित करण्यासाठी आपण कोणती महत्त्वाची पावलं उचलाल?
_____
_____
_____

◆ आजचा संकल्प ◆

आज दिवसभर मनात येणाऱ्या विचारांकडे अनासक्त भावाने पाहायचे आहे.

❖ अध्याय ४ ❖

दुसरी शक्ती - पॉवर ऑफ प्रेजेंट

स्पाइडरमॅन आणि सुपरमॅन बना

'केवळ तोच इतिहास मौल्यवान आहे, जो आपण आज बनवतो.'

\- हेन्री फोर्ड

विश्वात स्वातंत्र्यप्राप्तीसाठी क्रांती होते आणि पारतंत्र्यातून मुक्त होण्यासाठी आंदोलन करावं लागतं. माणूस युद्ध जिंकून पारतंत्र्यातून मुक्त झाला, पण खऱ्या अर्थाने तो मुक्त होऊ शकला का? त्यासाठी त्याला आपल्या मनाला जिंकावे लागेल. आपलं मन बंधनामध्ये जखडून ठेवणारं असतं, पण तेच मन निर्मल, सु-मन, न-मन झाल्यावर मोक्षप्राप्तीसाठी तयार होतं.

खरंतर मन स्वच्छ, निर्मळ पाण्यासारखं असतं. पण जेव्हा त्यात 'मी'चा विचार आणि अहंकाराची माती मिसळते, तेव्हा ते गढूळ, अशुद्ध होतं.

मन एक इंद्रिय आहे, असं जर म्हटलं, तर ते सर्व इंद्रियांपेक्षा श्रेष्ठ आहे. वास्तविक सर्व इंद्रियांवर नियंत्रण ठेवून त्यांच्याकडून काम करून घेणं, हेच

मनाचं काम असतं. ते अतिसूक्ष्म असल्यानं सर्वत्र संचार करीत असतं. एका क्षणात ते कुठेही पोहोचू शकतं. म्हणून मनाला कोणीतरी स्प्रिंगची उपमा दिली आहे. जसं, स्प्रिंगला दाबून सोडून दिलं तर ती कोणत्या दिशेने उडेल, हे कोणालाच सांगता येत नाही, अगदी तशीच मनाची स्थिती असते. मन कधी, कसं उसळेल, भरकटेल हे कोणीच सांगू शकत नाही. मनाला कुणी आकाशतत्त्वाचा अंश मानतात, तर कोणी चैतन्याचा. पण मुख्य प्रश्न असा आहे, की या चंचल (तुलनात्मक) मनाला वश कसं करायचं?

मन आपला शत्रू नाही, या गोष्टीवर विश्वास ठेवून जर आपण वागू लागलो, तर त्याला जिंकणं सोपं जाईल. म्हणून मनाला हरवून जिंकायचं नाही, तर त्याला जिंकून त्यावर विजय मिळवायचा आहे.

तुलनात्मक मन नेहमी मी, माझं आयुष्य, माझं यश, माझं अपयश अशा शब्दांचं उच्चारण करत असतं. तुलनात्मक मन तर सदोदित अहंकारात डुंबलेलं असतं. वास्तविक, या तुलनात्मक मनामुळेच मनुष्याला दुःख आणि कष्ट भोगावे लागतात. कोणतीही घटना सुखद किंवा दुःखद नसते. घटना ही केवळ घटनाच असते. पण ती घडल्यानंतर सुखद किंवा दुःखद अशी तुलना हे तुलनात्मक मन करतं.

आपण जेव्हा सहज मनानं कोणतंही काम करतो, त्यात मग्न होतो, तेव्हा म्हणतो, 'पाच-सहा तास कुठे आणि कसे गेले हे कळलंदेखील नाही.' त्यावेळी आपलं सहज मन काम करत असतं. त्यामुळे आपल्याला वेळेचं भान राहत नाही. सहज मनाचं काम संपतं, तेव्हा मात्र तुलनात्मक मनाचा प्रवेश होतो.

सहज मन आणि तुलनात्मक मनाचं उलटं चक्र जर सरळ केलं, तर सहज मन आणि आनंदाचं चक्र सुरू होतं. वर्तमानापासून दूर नेणाऱ्या कल्लू मनाचा शेवट गुरूबोधामुळे व्हायलाच हवा.

कल्लू मन हे कधीही वर्तमानात राहू शकत नाही. दिवाळीपूर्वी जेव्हा तयारी

सुरू असते, तेव्हा लोक खूप आनंदी असतात, पण ऐन दिवाळीच्या दिवशी म्हणतात, 'या दिवाळीत काही मजा येत नाहीये. मागच्या वर्षीची दिवाळी यापेक्षा जास्त चांगली होती.' असं का होतं? कारण, आपण वर्तमानात पोहोचताच आपलं मन लगेचच भूतकाळ किंवा भविष्यकाळात उडी मारतं. हे कल्लू मन आहे. याला वर्त-मन बनवून नेहमी वर्तमानात जगायचं आहे.

या मनाला वर्त-मन बनवण्यासाठी आपल्याला काय करावं लागेल, हे एका कथेतून समजून घेऊ या.

एके दिवशी एका शिष्याने आपल्या गुरूला विचारलं, 'मी अमर जीवन कसं मिळवू शकतो?' त्यावर गुरू म्हणाले, 'हे तर फारच सोपं आहे. वर्तमानात जगावं. बस्स...' मग शिष्याने पुन्हा विचारलं, 'वर्तमानात जगण्याचा व अमर जीवनाचा काय संबंध?' तेव्हा गुरूंनी त्याला सांगितलं, 'वर्तमानातला क्षणच अमर आहे. कारण प्रत्येक वेळी माणूस वर्तमानातल्या क्षणातच जगू शकतो. जो भूतकाळ आहे, तो कधीतरी वर्तमानकाळ होता आणि जो भविष्यकाळ असेल, तो केव्हातरी वर्तमानकाळ होईल. या दृष्टीने बघितलं तर ना भूतकाळ आहे ना भविष्यकाळ! जो आहे तो केवळ वर्तमानातलाच क्षण आहे आणि हेच अमर जीवन आहे.'

शिष्य म्हणाला, 'गुरुजी, तुम्ही सांगितलेलं तर लक्षात आलं, पण आपण सगळे वर्तमानातच तर जगतो ना!' गुरू म्हणाले, 'नाही. जगातले बहुतेक लोक वर्तमानात जगत नाहीत.' त्यावर शिष्याने पुन्हा प्रश्न विचारला, 'आताच तर तुम्ही म्हणालात, की माणूस वर्तमानात जगतो.'

गुरू शिष्याला समजावून सांगताना म्हणाले, 'प्रत्येक माणूस वर्तमानात जगू शकतो, पण जगत नाही. काही लोक तर भूतकाळ आठवत बसतात. त्यांचं संपूर्ण जीवनच भूतकाळातील सुखद आठवणीत तरी रमतं किंवा

वाईट गोष्टींचा पश्चात्ताप करण्यात जातं. पश्चात्ताप, ग्लानी आणि शोक करण्यात ते आपला संपूर्ण वर्तमान वाया घालवतात. दुसरीकडे काहीजण भविष्यकाळात जगतात. जन्मभर ते सोनेरी भविष्याच्या कल्पनेत रमतात, भविष्यकाळासाठी योजना बनवत कल्पनारम्य चित्रे बघत राहतात. या सगळ्या घडामोडींत वर्तमान क्षणाचा आनंदच ते घेऊ शकत नाहीत.'

भूतकाळ किंवा भविष्यकाळात जाऊन फार वेळ तिथेच गुंतून पडलात, तर आपण वर्तमानातल्या आनंदाला मुकाल. म्हणून आपल्याला भूतकाळात जायचं असेल तर सुपरमॅन व्हायचंय. सुपरमॅनला जर कुठे जायचं असेल, तर तो तेथे जाऊन लगेच परत येतो, त्याचप्रमाणे आपल्याला भूतकाळात जाऊन लगेच वर्तमानात परतायचंय. म्हणजेच आपल्याकडून झालेल्या चुकांतून काही शिकायचंय, तिथेच रेंगाळायचं नाही.

अगदी तसंच भविष्यकाळात जायचं असेल, तर 'स्पाइडरमॅन' व्हायचंय. स्पाइडरमॅन त्याच्या शरीरातून निघणारं जाळं कुठपर्यंत टाकायचं हे ठरवतो आणि काम झाल्यावर जाळं परत ओढून घेतो. म्हणजे आपल्याला हे ठरवून घ्यायचंय, की किती वेळ आपण भविष्यातल्या गोष्टीत रमणार आहोत. तेवढा वेळ तिथं थांबून लवकरात लवकर वर्तमानात परतायचंय. भविष्यासाठी जर आपल्याला काही नियोजन करायचं असेल, तर तेवढ्यापुरतंच करू आणि त्यानंतर लगेचच वर्तमानात येऊ.

'भविष्यासाठी स्पाइडरमॅन तर भूतकाळासाठी सुपरमॅन व्हा.'

शिष्य म्हणाला, 'तुमचं म्हणणं मला उमगलं. पण भूतकाळ जर चांगला असेल, तर त्याची आठवण का काढू नये?' त्यावर गुरुजी हसत-हसत म्हणाले, 'ते यासाठी, की भूतकाळ चांगला असो, की वाईट तो आता मृत आहे.'

आपण नेहमी वर्तमान क्षणातच जगायला हवं. भूतकाळातल्या गोष्टींचं पालुपद सतत उगाळायला नको. अर्थात कधी-कधी आठवण येणं वेगळी गोष्ट आहे, परंतु सतत भूतकाळात राहणं योग्य नाही. यामुळे माणूस वर्तमानातल्या क्षणांचा आनंद घेऊ शकत नाही, तसंच भविष्यात रममाण झाल्यामुळेही तो वर्तमान क्षणांचा आनंद घेऊ शकत नाही. वर्तमानातील क्षणांचा आनंद घेण्यातच अमरत्वाचं खरं रहस्य दडलेलं आहे.

वर्तमान क्षणातच उज्ज्वल भविष्य आहे. वर्तमानात जे काही घडतंय, त्याचा स्वीकार करून संकटांना घाबरू नये. पॉवर ऑफ प्रेझेंट या दुसऱ्या शक्तीला आत्मसात करावं, म्हणजे वर्तमानात असणाऱ्या शक्तीला समजून घ्यावं. आपण वर्तमानात काही काम करीत असलो आणि मनात 'काल हे घडलं होतं, काल ते घडलं होतं...' अशी विचारांची कलकल सुरू असेल, तर आपण वर्तमानात राहू शकणार नाही. वर्तमानात जे काही बरं-वाईट घडतंय, ते वर्तमानातील सत्य आहे. म्हणून वास्तव जसं आहे, तसं बघायला शिका.

वर्तमानात कोणी बरं-वाईट बोलत असेल, तर ते आपल्याला आवडत नाही. तुम्ही कामचुकार असून वाईट आहात, असं कुणी म्हणालं, तर ते खटकतं. वर्तमानात मनामध्ये काही वाईट विचारही डोकावतात. जसं एखादा माणूस अहंकारात वावरत असल्याने, स्वतःला काय समजतो कुणास ठाऊक, असंही वाटत राहतं. अशावेळी 'हे परमेश्वरानं काढलेलं चित्र असून, त्यात एक माणूस तोऱ्यात उभा आहे आणि दुसरा मला भलतं-सलतं बोलतोय.' असं समजायला हवं. आपण जर, वर्तमानात घडत असलेलं जसं आहे तसं (as it is) बघू शकलो, स्वीकारू शकलो, तर सर्व काही सहज आणि आनंददायी होईल.

शिवाय वर्तमानातील क्षणात राहिल्यामुळं काळे दिवस आणि पांढऱ्या रात्री यांपासून आपली सुटका होईल. काळा दिवस म्हणजे काळी राख अर्थात भूतकाळातल्या मृतवत् आठवणी. पांढरी रात्र म्हणजे पांढरी राख याचाच अर्थ

भूतकाळातील मृत झालेल्या सुखद आठवणी. दोन्ही आठवणी राखेसमान आहेत. काळ्या राखेपासून प्रत्येकाला सुटका हवी असते, तर पांढरी राख मात्र सर्वांना प्रिय असते; पण पांढऱ्या राखेमुळंही आपलं वर्तमान बिघडू शकतं, हे लक्षात घ्यायला हवं.

वर्तमान जिवंत आहे, आता आहे, इथे आहे आणि चैतन्यमय आहे. यातच जगायला शिकायला हवं. वर्तमानात जगल्यानं आपली सजगता वाढून साचेबद्ध जीवनातून मुक्ती मिळते. या नव्या जीवनात आपण नवे निर्णय, नवी कला, नवे काम, नव्या सवयी, नवा दिनक्रम, नवी पुस्तके, नवे मित्र, नव्या विचारांना प्रवेश देऊ या; परंतु हे तेव्हाच शक्य होईल, जेव्हा आपण वर्तमानात राहायला शिकाल.

♦ मनन प्रश्न ♦

गुरू-शिष्याच्या कथेतून आपण काय शिकलात?

_____

_____

वर्तमानात जगण्याचं महत्त्व आपण जाणलं आहे का? जर जाणलं असेल, तर दिवसभरात आपण किती वेळ वर्तमानात राहू शकता?

_____

_____

तुलनात्मक मन नसतं, त्यावेळी काय प्रकट होतं?

_____

_____

वर्तमानात राहण्यासाठी 'पॉवर ऑफ प्रेझेंट' या शक्तीचा उपयोग आपण कधी आणि कशा प्रकारे कराल?

_____

_____

♦ आजचा संकल्प ♦

आज काळी राख (भूतकाळातील मृतवत् दुःखद आठवणी) आणि पांढरी राख (भूतकाळातील मृतवत् सुखद आठवणी) यांच्यापासून मुक्ती मिळविण्यासाठी कार्य करायचे आहे.

❖ अध्याय ५ ❖

जबाबदारी आणि निष्ठा

आज्ञापालनाचे अप्रतिम उदाहरण - आरुणी

प्रार्थना अशा प्रकारे करा, की जणू सर्व काही ईश्वरावर अवलंबून आहे आणि अशा प्रकारे काम करा जसं सर्व काही तुमच्यावर अवलंबून आहे
- सेंट ऑगस्टिन

धौम्य ऋषींचा आरुणी नामक शिष्य होता. एकदा, गावकऱ्यांनी ऋषींना सांगितलं, की बांध फुटल्यामुळे त्यांच्या शेतात पाणी शिरलंय आणि ते जर अडवलं नाही, तर पीक हातचं जाईल.

धौम्य ऋषींनी आरुणीला तिथे जाऊन पाणी अडवायला सांगितलं. आरुणी लगेचच तिथं गेला. तिथं गेल्यावर आरुणीने पाणी अडवायचा फार प्रयत्न केला. त्यानं झाडांच्या फांद्या, दगड वगैरे घालून पाण्याचा प्रवाह थांबविण्याचा प्रयत्न केला, पण त्याचे सर्व प्रयत्न व्यर्थ गेले. त्याला माहीत होतं, की शेतात सतत शिरणाऱ्या पाण्याला जर अडवलं नाही, तर पिकांचं नुकसान होईल.

शेवटी आरुणीला एक उपाय सुचला आणि जिथं बांध तुटला होता, तिथं तो आडवा पडला. शरीरानं थोपविल्यामुळे पाणी आता तेथेच थांबलं होतं, ते शेतात जात नव्हतं. पाण्याच्या दबावाखाली पडून राहणं फार त्रासाचं होतं. पाणी पुन्हा शेतात शिरतंय काय, हे बघण्याचा प्रयत्न आरुणीने केला. त्याकरिता त्याला उठावं लागलं. पण जसा तो उठला, तसं पाणी पुन्हा शेतात शिरू लागलं. म्हणून तो परत आडवा पडला आणि खूप वेळ तिथंच पडून राहिला.

संध्याकाळी धौम्य ऋषींना आरुणी दिसला नाही, म्हणून त्यांनी इतर शिष्यांना त्याच्याबाबत विचारलं. शिष्य म्हणाले, 'तुम्हीच तर त्याला शेतात पाणी अडविण्यासाठी पाठवलं होतं. धौम्य ऋषी म्हणाले, 'हो, मीच त्याला पाठवलं होतं, पण आतापर्यंत तो परत यायला हवा होता. तो अजून परत कसा आला नाही?'

रात्र पडू लागली होती. त्यामुळे धौम्य ऋषींना शिष्य आरुणीची काळजी वाटू लागली. शेवटी त्यांनी इतर शिष्यांना बरोबर घेऊन, शेतात जायचं ठरविलं. शेताजवळ गेल्यावर धौम्यऋषी मोठ्याने हाका मारू लागले, 'आरुणी, तू कुठं आहेस? आरुणी, तू कुठं आहेस?' आरुणीने ओरडून उत्तर दिलं, 'गुरुजी, मी इथे आहे. मी बांधाजवळ पाणी अडवण्यासाठी झोपलो आहे.'

धौम्य ऋषींनी जवळ जाऊन पाहिलं, तर पिकाचा नाश होऊ नये, म्हणून आरुणी आडवं पडून पाणी अडवत होता. जागा उंचसखल होती, थंडीचे दिवस असूनही आरुणी हूं की चूंदेखील करीत नव्हता. त्यांनी आरुणीला विचारलं, 'इतक्या थंडीत तू इथं का झोपला आहेस? तुला सर्दी होईल.' आरुणी उत्तरला, 'मी खूप प्रयत्न केले, पण पाणी काही केल्या थांबेना, म्हणून मी आडवं पडून ते थांबविलं. धौम्य ऋषींनी हळूवारपणे विचारलं, 'तू हे मला येऊन का सांगितलं नाहीस?' आरुणी

उत्तरला, 'पहिल्यांदा मी हा विचार केला होता, पण नंतर मला वाटलं, की मी तुम्हाला सांगण्यासाठी येईपर्यंत शेतात पाणी भरून जाईल.

आपल्या शिष्याचं हे उत्तर ऐकून, धौम्य ऋषी फार प्रसन्न झाले आणि त्यांनी त्याला वेद व धर्मशास्त्रात पारंगत होण्याचा वर दिला.

आपल्यावर जेव्हा कोणतंही काम सोपविलं जातं, तेव्हा ते झोकून देऊन करायला हवं. मग त्यासाठी स्वतःला कितीही त्याग करायला लागला, तरी बेहत्तर! गुरूंनी आरुणीला शेतात जाऊन पाणी अडवायला सांगितलं होतं. खूप प्रयत्नांनंतरदेखील पाणी थांबत नव्हतं, तेव्हा त्याच्यासमोर दोन पर्याय होते. एकतर पाणी थांबत नाही, असं गुरूंना जाऊन सांगायचं किंवा स्वतःला त्रास घेऊन गुरूंनी सांगितलेलं काम पूर्ण करायचं.

जीवनात सबबी सांगून किंवा चलबिचल मनानं चालत नाही. जेव्हा आपल्यावर कोणतंही काम सोपविलं जातं, तेव्हा कोणत्याही परिस्थितीत ते पूर्ण करावं व त्यासाठीची किंमत मोजण्यासाठी तत्पर असावं. केवळ काही वेळ आडवं पडून राहिल्याच्या बदल्यात, गुरूंनी प्रसन्न होऊन आरुणीला वेदज्ञानात पारंगत होण्याचे वरदान दिलं. या दृष्टिकोनामुळे प्रत्येकाला फायदाच होतो, कारण टाकलेली जबाबदारी जे निष्ठेने पूर्ण करतात, अशा विचारसरणीची माणसे प्रत्येकाला आवडतातच.

ज्ञान मार्गावर चालताना गुरूंची शिकवण शिष्यासाठी अवघड वाटू शकेले. कधी-कधी गुरू जाणूनबुजून शिष्यासाठी अडचणी निर्माण करतील. शिष्याला काही शिकवण्यासाठी किंवा त्याचा गर्व कमी करण्यासाठी त्याला कटू शब्द बोलावे लागतील, कडकपणे वागावे लागले, तरीदेखील गुरू मागेपुढे पाहणार नाहीत. झेन गुरूंनी तर आपल्या शिष्यांना शिकवण्यासाठी छडीचासुद्धा उपयोग केलेला आहे. शिष्याचा गर्व समूळ नष्ट होण्यासाठी, शिष्यानं कधी कल्पनादेखील केली नसेल, अशी आज्ञादेखील गुरू देऊ शकतात; परंतु या पद्धतीमुळे शिष्याच्या मनात गुरूबद्दल गैरसमजदेखील निर्माण होऊ शकतो. अशावेळी शिष्याने समजून

घ्यावं, की माझा हा अहंकार माझ्या प्रगतीला बाधा ठरतोय. त्यामुळे गुरू अहंकारावरदेखील घाव घालतील. 'गुरू गर्विष्ठ असल्यानं हे सगळं मला करायला सांगत आहेत,' असंही शिष्याला वाटू शकतं. म्हणून अशा नाजूक परिस्थितीमध्ये गुरूंवर श्रद्धा असणे अत्यावश्यक आहे.

शिष्यांसाठी गुरू तांबटाप्रमाणे (तांब्या-पितळेची भांडी बनविणारा कारागीर) काम करतात. जसं तांबट धातूच्या पत्र्यावर सतत ठोके मारून त्याला एक विशेष आकार देतो, त्याचं भांडं तयार करतो; तसंच गुरूदेखील शिष्याला सत्याच्या मुशीत घालून तयार करण्याचे काम करतात. त्याला योग्य आकार देण्यासाठी गरज पडली तर कधी इजा करतात, कधी प्रेमाने समजावतात, कधी आज्ञा देतात तर कधी नाराजी व्यक्त करतात. हे गुरूंचं शिष्यावर असलेलं प्रेमच आहे, जे त्याला ज्ञान, ध्यान, प्रेम आणि आनंदाच्या वाटेवर चालण्याची प्रेरणा देण्यासाठी आवश्यक आहे.

सदेह असलेल्या गुरूंचं महत्त्व एवढ्यासाठी आहे, की ते आपल्याला आपल्या स्वभावाप्रमाणे मार्गदर्शन करतात. त्यामुळे आपली प्रगती वेगाने होते. आपण जेव्हा त्यांच्या सन्मुख असतो, तेव्हा त्यांना कळतं, की आपली प्रगती कोठे होतेय, की अन्य काही कारणांनी ती अडली आहे.

जर गुरूंवर आपला अतूट विश्वास आणि पूर्ण श्रद्धा असेल, गुरूंवर भक्ती असेल, गुरूंचा प्रत्येक शब्द महत्त्वाचा वाटत असेल, तर प्रत्येक शब्द आपल्याला एक आंतरिक दृष्टी प्रदान करेल आणि एके दिवशी ते परम फल (आहा इफेक्ट- AHA - अपने होने का एहसास, म्हणजेच आपल्या अस्तित्वाची जाणीव) अवतरेल, ज्याला आत्मसाक्षात्कार किंवा स्व-अनुभवदेखील म्हणता येईल.

◆ मनन प्रश्न ◆

शिष्य आरुणीच्या कथेतून आपण काय शिकलात?

_____
_____

गुरूंच्या छोट्यातल्या छोट्या आज्ञेलादेखील आपण किती महत्त्व देतो, यावर मनन करावे.

_____
_____

गुरूंनी सोपविलेली जबाबदारी आपण किती निष्ठेने पार पाडता?

_____
_____

सदेह असलेल्या गुरूंच्या महत्त्वाबद्दल मनन करून लिहा.

_____
_____
_____
_____

◆ आजचा संकल्प ◆

आज प्रत्येक काम समर्पित भावनेने करायचे आहे.

❖ अध्याय ६ ❖

तिसरी शक्ती - विनाअट प्रेमाची शक्ती

आंतरिक सौंदर्याचे धनी – सुकरात

आपले जीवन सुंदर कर्मांचा हार बनवा. - बुध्द.

चारित्र्य हे ज्वलंत मशालीसारखं असतं. याच्या पवित्र उजेडात अनेकांना प्रेरणा मिळते. ज्याप्रमाणे एखाद्या इमारतीची मजबुती तिच्या पायावरून जोखली जाते, त्याचप्रमाणे माणसाची पारख आणि प्रशंसा त्याच्या चारित्र्यावरून केली जाते. चारित्र्याची कक्षा फार व्यापक आहे. चारित्र्यच त्याच्या गुणांचे बीज माणसाच्या अंतःकरणात पेरत असते. चारित्र्याची बीजं जर निरोगी असतील, तरच त्याचा पाया भक्कम व सशक्त होतो.

चारित्र्य उथळ साजशृंगारावर नव्हे; तर गुण, ज्ञान आणि स्वयंशिस्त यावरून बनतं. विश्वासार्हता, ध्येयाचा सतत ध्यास आणि मनाचं पावित्र्य, चारित्र्याचा पाया मजबूत करायला साह्यकारी ठरतात.

प्रत्येक माणसाला सुरुवातीला त्याचं बाह्यरूप (टॉप टेन) मदत करतं, परंतु नंतर मात्र त्याची नींव नाइन्टीच त्याच्या उपयोगी येते. आपल्याला जे शरीर मिळालंय, त्याचं महत्त्व आहेच. पण जर कोणी मूळ ध्येय विसरून सारं जीवन शारीरिक सौंदर्य राखण्यातच घालवलं, तर तो सर्वात मोठा मूर्खपणा म्हणावा लागेल. जीवनातील कर्तृत्वामुळे ज्यांचं शुद्ध चारित्र्य झळाळून उठतं, अशांचीच नावे इतिहासाच्या पानांवर कोरली जातात. महात्मा गांधीजी, मदर तेरेसा, शबरी, सुदामा यांच्याकडे आपण कोणत्या दृष्टीने बघतो? त्यांची नावे ऐकताच आपण त्यांच्या बाह्यरुपात न अडकता त्यांच्यातील सद्‌गुणांकडे आकर्षित होतो. त्यांच्यातून प्रकटणारं 'जीवनज्ञान' त्यांच्यात प्रतिबिंबित होतं. आयुष्यातल्या बऱ्या-वाईट प्रसंगांतूनच जीवनज्ञान मिळत असतं. या लोकांना त्यांच्या शारीरिक सौंदर्यामुळे किंवा कुरूपतेमुळे नव्हे, तर चारित्र्य आणि कार्य यावरूनच ओळखलं जातं. थोर युनानी तत्त्ववेत्ता सुकरातदेखील आज त्यांच्या कार्यावरूनच ओळखले जातात.

महान युनानी दार्शनिक सुकरात यांचा चेहरा कुरूप होता. असं असूनदेखील खूप वेळपर्यंत ते आरशासमोर आपला चेहरा न्याहाळत असत. एक दिवस ते आरशासमोर आपली कुरूप छबी न्याहाळत होते, तेव्हा त्यांचा एक शिष्य आला आणि त्यांना पाहून गालातल्या गालात हसायला लागला. हे पाहून सुकरात म्हणाले, 'मला माहितीय तू का हसतोयस ते. तुम्हाला असं वाटतंय, की माझा चेहरा कुरूप असूनदेखील मी नेहमी आरशात का बघत असतो?' संकोचामुळे शिष्याला काही बोलता आलं नाही. त्यानं फक्त मान हलवली.

सुकरात पुढे म्हणाले, 'हे बघ! यामागं एक सखोल कारण आहे. माझा चेहरा विद्रुप आहे, या वास्तवाची आठवण होण्यासाठीच मी दररोज आरशात बघत असतो. ही उणीव झाकण्यासाठी मला चांगलं कार्य करायला हवं, म्हणजे इतरांचं लक्ष्य माझ्या कुरूपतेकडं न जाता

चांगल्या कार्याकडं जाईल. यासाठी प्रत्येक कुरूप माणसाने आरशात बघण्याची सवय लावून घेतली पाहिजे.' शिष्य म्हणाला, 'याचा अर्थ असा होतो, सुंदर लोकांनी आरसा बघायची गरजच नाही?' सुकरात म्हणाले, 'नाही, सुंदर लोकांनीसुद्धा दररोज आरसा बघायला पाहिजे, म्हणजे त्यांना कळून चुकेल, की ते जितके सुंदर आहेत, तेवढेच सुंदर कार्य त्यांनी करायला हवे. जर त्यांचे कार्य सुंदर नसेल, तर लोक त्यांच्या सौंदर्याऐवजी त्यांची कुरूप कृती बघतील आणि त्यांच्या सौंदर्याला कुरूप कार्यांचा डाग लागेल. खऱ्या सौंदर्याचा संबंध चेहऱ्याशी नसून कर्माशी आहे. जर कर्म चांगले असतील, तर सुंदर माणूस आणखी सुंदर दिसेल, परंतु कर्म जर वाईट असतील, तर सुंदर माणसाचं रूपसुद्धा कुरूप दिसेल.

सुंदर असो वा कुरूप, आपण आपल्या चेहऱ्यापेक्षा आपल्या कार्यावर अधिक भर दिला पाहिजे. आपला चेहरा ईश्वराचं वरदान असल्यानं आपण त्याबाबत जास्त काही करू शकत नाही. पण आपण जे कर्म करतो, त्याच्यावर आपला पूर्ण हक्क आणि नियंत्रण असतं. जर आपण आपली वर्तणूक चांगली ठेवली, परोपकाराकडे लक्ष केंद्रित केलं आणि विधायक कामे केली, तर लोक विद्रुपतेकडे लक्ष देणारच नाहीत; तर दुसरीकडे जर आपण वाईट पद्धतीने वागलो आणि विघातक कामे केली, तर लोक आपल्या सौंदर्याकडे मुळीच लक्ष देणार नाहीत. लक्षात ठेवा, चेहरा ही ईश्वराची देणगी आहे, त्यामुळे त्याच्या सौंदर्याचा गर्व किंवा कुरूपतेबद्दल दुःख करण्यात काहीच अर्थ नाही. आपल्याला आपल्या कर्मांवर लक्ष देऊन ती सुंदर केली पाहिजेत.

सुकरातांचं शरीर कुरूप होतं, पण त्यांनी त्यालाही निमित्त बनवलं. विद्रुपतेमुळे लोक त्यांची खिल्ली उडवत. पण त्यांनी त्याकडे लक्ष न देता, सुंदर कर्म करून आंतरिक सौंदर्य प्राप्त केलं. त्याचबरोबर इतरांनीदेखील सुंदर कर्मं करावीत, यासाठी लोकांना प्रेरणा दिली आणि म्हणूनच सुकरात स्वतःवर आणि

इतरांवर विनाअट प्रेम करू शकले. शुद्ध प्रेमाची शक्ती, बिनशर्त प्रेमाची शक्ती ही तिसरी शक्ती आहे. 'मला प्रेम मिळालं, तरच मी प्रेम देणार; अन्यथा नाही' अशी अट या विनाअट प्रेमाच्या शक्तीत नसते. प्रेमाच्या शक्तीची सुरुवात स्वतःपासूनच करा. जेव्हा तुम्ही स्वतःवर प्रेम करू लागाल, तेव्हाच इतरांवर प्रेम करू शकाल. पण लोकांना स्वतःवरदेखील प्रेम करता येत नाही. जेव्हा ते या गोष्टी शिकतात, तेव्हा त्यांना पहिल्यांदा समजतं, की स्वतःवरसुद्धा ते अशा पद्धतीने प्रेम करू शकतात.

'मी शरीर नाही' असं जेव्हा लोकांना अनुभवानं कळतं, तेव्हा ते आपल्या शरीराला जसं आहे, तसं स्वीकारू शकतात. मग ते ठेंगणं असेल, काळं असेल, गोरं असेल, उंच असेल, बुटकं असेल. जसं असेल तसं. जिथं हे आकलन नसतं, तिथं लोक स्वतःच्या शरीराचा स्वीकार करू शकत नाहीत. त्यांना वाटतं, की माझ्या शरीराचा रंग गोरा हवा होता, माझं शरीर उंच असायला हवं होतं. अशा प्रकारे ते आंतरिक शांती गमावून बसतात. म्हणून तर म्हणतात, की स्वतःवर प्रेम करायला शिका. आपल्याला मिळालेलं शरीर म्हणजे स्वानुभव करण्यासाठी असणारं निमित्त! त्यामुळे प्रत्येक क्षणासाठी त्यालाच साधन बनवा.

कोणत्याही एजंटमार्फत स्वतःवर प्रेम करता येत नाही. प्रत्यक्षात आपण स्वतःवर प्रेम करू शकतो. तसं बघितलं तर लोकांना प्रत्येक कामासाठी एजंट हवा असतो. पण स्वतःवर प्रेम करण्यासाठी अशा एजंटची मुळीच आवश्यकता नाही. कोणी आपल्याकडं लक्ष दिलं आणि आपल्याला प्रेम मिळालं, याचाच अर्थ आपल्याकडे लक्ष देणारा एजंट होता. आपल्याला प्रेम हवं असेल तर स्वतःकडं लक्ष द्या. प्रेमाचा स्रोत आपल्या अंतर्यामीच आहे, म्हणून कोणत्याही एजंटशिवाय स्वतःवर प्रेम करायला शिका.

जेव्हा आपण तेजप्रेम करायला लागतो, तेव्हा लोकांना त्यांच्या वरवरच्या रूपावरून पारखत नाही. लोकांचं खरं स्वरूप आणि वागणं यांत अतिशय फरक असल्यानं वरवरच्या वागण्यावरून एखाद्याच्या स्वभावाची सखोल कल्पना येणं

फार कठीण काम आहे. लोक जसे असतात तसे दिसत नाहीत आणि जसे नसतात, तसं दाखवण्याचा प्रयत्न करतात.

शरीरालाच सर्वकाही मानलं गेल्यामुळेच चारित्र्यावर लक्ष केंद्रित होत नाही. शरीराच्या सौंदर्याचा उपयोग करून लोक यशाच्या शिखरावर जायला बघतात. पण यामुळे त्यांच्या मनाची शुद्धता (Purity of mind) हरवते. असे लोक जीवनात आभासी यश तर मिळवतात, मात्र चारित्र्याची समृद्धी आणि तेजप्रेम गमावून बसतात.

अगदी याच्या उलट, काही लोकांना यशाची उंच शिखरे पादाक्रांत करणं शक्य होत नाही; परंतु त्यांच्याकडे मनाची शुद्धता असते. अशा लोकांजवळ चारित्र्य व तेजप्रेमाचं ऐश्वर्य असतं. म्हणून ते सत्याच्या मार्गावर मार्गक्रमण करून सुकरातप्रमाणे आंतरिक सौंदर्याने समृद्ध होतात.

◆ मनन प्रश्न ◆

सुकरातच्या गोष्टीवरून आपण काय शिकलात?
_____
_____

आपण लोकांना त्यांचा चेहरा पाहून आजमावता, की त्यांचे कार्य पाहून?
_____
_____

खरे सौंदर्य काय आहे?
_____
_____

शुद्ध प्रेमाच्या शक्तीला स्वीकारून आपण लोकांसाठी कसे निमित्त बनाल?
_____
_____
_____
_____

◆ आजचा संकल्प ◆

आज लोकांच्या चांगल्या कार्याविषयी त्यांचे कौतुक करायचे आहे.

❖ अध्याय ७ ❖

स्वार्थाचा अर्थ

स्वामी विवेकानंदांचे अव्यक्तिगत जीवन

सिद्धान्तांच्या पायावर आपल्या जीवनाची उभारणी करणाऱ्या मनुष्याचे ९९ टक्के निर्णय अनायासेच होऊन जातात.

- अज्ञात

अमेरिकेतील शिकागो येथे जागतिक धर्मपरिषद होणार होती. स्वामी विवेकानंदांनी हिंदू धर्माचे प्रतिनिधी म्हणून या परिषदेला जावं, असं बहुतांश भारतीयांना वाटत होतं. लोकाग्रहास्तव विवेकानंद तयार तर झाले, पण त्यांची एक अट होती, की गुरूआज्ञा झाल्याशिवाय ते अमेरिकेला जाणार नाहीत. विवेकानंदांचे गुरू रामकृष्ण परमहंस तर त्यावेळी हयात नव्हते, म्हणून ते गुरूमाता शारदा यांच्याकडे आज्ञा आणि आशीर्वाद घेण्यासाठी गेले.

विवेकानंदांना शारदामाता प्रेमाने 'नरेन' अशी हाक मारत असत. ते जेव्हा शारदामातेकडं आशीर्वादासाठी पोहोचले, त्यावेळी त्या स्वयंपाक करीत असल्यानं त्यांनी त्यांना तिथंच बोलावलं. थोडा वेळ चर्चा

झाल्यानंतर, विवेकानंदांनी सांगितलं, की अमेरिकेत होणाऱ्या धर्मपरिषदेला लोक त्यांना हिंदू धर्माचा प्रतिनिधी म्हणून पाठवू इच्छितात. शारदामाता यावर काहीही उत्तर न देता, आपलं काम करत राहिल्या. त्यांनी अचानक विवेकानंदांना सांगितलं, 'नरेन, तो चाकू जरा दे पाहू' विवेकानंदांनी चाकू उचलला, पात्याची धारदार बाजू स्वतःच्या हातात पकडून मुठीचा भाग गुरूमातेच्या हातात दिला.

चाकू घेतल्याबरोबर शारदामातांनी आनंदाने विवेकानंदांना अमेरिकेला जाण्यासाठी आशीर्वाद आणि परवानगी दिली. विवेकानंदांनी जेव्हा विचारलं, की त्यांनी लगेचच अनुमती न देता चाकू दिल्यावरच आशीर्वाद का बरं दिला? तेव्हा त्या हसत-हसत म्हणाल्या, 'मला बघायचं होतं, की तुझ्या जाण्याचा खरा उद्देश काय आहे? मला अशी भीती वाटत होती, की तू तुझी लोकप्रियता वाढविण्यासाठी तर अमेरिकेला जात नाहीस ना? म्हणून मी तुला चाकू उचलण्यासाठी सांगितलं. जर तू चाकूची मूठ तुझ्याकडं आणि धारदार भाग माझ्याकडं ठेवला असतास, तर मी तुला धर्मपरिषदेला जाण्याची परवानगी कधीच दिली नसती; पण तू धारदार भाग स्वतःकडं ठेवलास. यावरून तुझ्या मनात स्वहित नसून परहित आहे, हे मला कळलं. या घटनेतून मी तुझी परीक्षा घेतली आणि त्यात तू उत्तीर्णही झालास.'

चाकूची मूठ आणि धार तर केवळ प्रतीकं आहेत. खरी गोष्ट आहे ती हेतू आणि दृष्टिकोन यांची. कोणत्याही मनुष्याचा दृष्टिकोन जेव्हा स्वतःवर, स्वहित आणि स्वार्थावर केंद्रित असतो, तेव्हा तो कायम स्वतःचाच फायदा बघतो आणि त्यावेळी इतरांना होणाऱ्या नुकसानाची अजिबात पर्वा करत नाही. स्वार्थवश आंधळा झालेल्या मनुष्याला इतरांना होणारे दुःख आणि कष्ट दिसत नाहीत. त्याचं पूर्ण लक्ष व्यक्तिगत स्वार्थ साधण्यावर केंद्रित होतं. एवढंच काय, पण इतरांची हानी करूनदेखील

तो आपला स्वार्थ जपण्याचा पुरेपूर प्रयत्न करतो, कारण तो चाकूची मूठ स्वतःकडे ठेवून, धारदार बाजू मात्र इतरांकडे ठेवतो.

विवेकानंदांनी धारदार बाजू पकडून असे संकेत दिले होते, की इतरांना सुखी करण्यासाठी ते स्वतः कष्ट घ्यायला तयार आहेत. त्यांचा खरा उद्देश स्वार्थ नसून, परमार्थ आहे.

'सर्वांच्या विकासात आणि कल्याणातच माझा आनंद सामावलेला आहे,' हे सत्य आहे. विश्वाच्या कल्याणाताच मानवाचं कल्याण सामावलंय. म्हणून आपण कमावत असलेल्या संपत्तीतून स्वतःसोबत इतरांचाही फायदा होतोय, की नाही याची मनुष्याने शहानिशा करावी. आपल्या जीवनाची कहाणी लेखणीने लिहिली जात नसून, कर्मांने लिहिली जाते. लोककल्याणासाठी केलेली कर्मं केवळ कहाणी नव्हे, तर महान गाथा बनतात.

लोकांना जे हवं असतं, ते मिळविण्यासाठी त्यांची मदत करा. उदाहरणार्थ– प्रेम, पैसा, स्वास्थ्य, परमेश्वर इत्यादी. कारण आपल्यालाही याच गोष्टींची अभिलाषा असते. ज्या गोष्टीसाठी आपण निमित्त बनतो, तीच गोष्ट आपल्या जीवनात प्रवेश करते, हा निसर्गाचा नियम आहे. निसर्गाच्या या प्रेमयुक्त अनोख्या न्यायावर विश्वास ठेवल्यास केवळ यशच नव्हे, तर यशस्वी लोकही सदैव आपल्यासोबत असतील.

जे काम इतरांसाठी निःस्वार्थ भावनेनं केलं जातं, त्याला सेवाकार्य म्हणतात. सेवाकार्य आपला स्वार्थ नष्ट करेल. जोपर्यंत तुम्ही असं करून बघत नाही, तोपर्यंत तुम्ही सेवारूपी शस्त्राचा उपयोग करू शकणार नाही. 'सेवेने सेवकाची सेवा करावी' हा मंत्र म्हणजे अहंकाराचा मृत्यू होण्यासाठी अमोघ शस्त्रच. या शस्त्रामुळे आपण अहंकाररहित अव्यक्तिगत जीवन जगू शकता. 'सेवेने सेवकाची सेवा करावी' याचा अर्थ सेवा करताना मनुष्याचा अहंकारविलिन व्हावा.

ईश्वराची वाणी सांगतेय, की 'काम करा, पण फळाची अपेक्षा ठेवू नका.'

कारण माणूस अपेक्षेत अडकून पडतो. जोवर फळ मिळायचं असतं, तोपर्यंत तो योग्य रीतीने काम करत असतो. फळ मिळाल्यावर मात्र त्याला काळजी वाटायला लागते, की माझं फळ कोणी खाऊ नये. माझं कौशल्य कोणी चोरू नये. अशा प्रकारे, फळ माणसाला मायेमध्ये गुरफटून टाकतं. त्यामुळेच यात न गुंतता अव्यक्तिगत सेवेचं कार्य करायला हवं.

परोपकाराची भावना आपल्याला साहसी, बलवान आणि धैर्यशाली बनवते. स्वार्थ, लोभ, लालसा, घृणा, सूडभावना, तुलना हे विचार आपलं आंतरिक संतुलन बिघडवून टाकतात. यामुळे आपली कार्यक्षमता तर घटतेच, शिवाय मानसिक तणाव आणि अशांती वाढीला लागते.

कुणासाठी पाणी आणणे, कुणाला रस्ता दाखविणे, एखाद्याला खाली पडलेली गोष्ट उचलून देणे, सत्कार्य करणाऱ्यास बक्षीस देणे, निरक्षराला पत्र लिहिण्यास मदत करणे, कुणाला त्याच्या कामाबाबत माहिती देणे, वंचिताचे बोलणे पूर्ण लक्ष देऊन ऐकणे, एकदा ऐकलेला कार्यक्रम कुणाबरोबर तरी परत ऐकणे, आजारी माणसाला भेटून येणे, छोट्या मुलाची तुटलेली खेळणं दुरुस्त करून देणे, यशस्वीतांचे कौतुक करणे या सगळ्याच बाबी सेवारूप आहेत. त्यासाठी आपल्याला कोणतंही वोट (मत) किंवा नोट (मोबदला) मिळणार नाही, पण प्रकृतीच्या नियमांनुसार बरंच काही घडणार आहे, याची तुम्हाला कल्पना नाही.

→

◆ **मनन प्रश्न** ◆

स्वामी विवेकानंदांच्या कहाणीतून आपण काय शिकलात?

_____

_____

आपल्या प्रत्येक कार्यामागे स्वहिताची भावना असते, की परहिताची? की दोन्ही?

_____

_____

कोणती कार्ये महान गाथा लिहितात?

_____

_____

आजपर्यंत आपण इतरांसाठी कोणती कामं विनाअट केली आहेत?

_____

_____

_____

_____

_____

◆ **आजचा संकल्प** ◆

आज पहिल्या शक्तीची (उपस्थितीची शक्ती) अभिव्यक्त करायची आहे.

❖ अध्याय ८ ❖
चौथी शक्ती - पॉवर ऑफ स्टॅबिलायझेशन
यवक्रीताचा व्यर्थ हट्ट

अंतःस्थ गुरूला प्रकट करून अहंकार विलीनकरण्यासाठीच
बाहेरील गुरूंचं आगमन होतं. - सरश्री

बर्फ जसा पाण्यापासून वेगळा राहून पाण्यावर तरंगतो, तसंच अहंकारदेखील इतर लोकांपासून वेगळं राहून सर्वश्रेष्ठ समजण्याची इच्छा असते. माणसाला जेव्हा थोडंसं ज्ञान मिळतं किंवा तो थोडा मोठा बनतो, तेव्हा त्याच्यात अहंभाव जागृत होतो आणि तेच त्याच्या अधःपतनाचं कारण ठरतं. 'मला जे ज्ञान मिळालं आहे, अनुभव प्राप्त झालाय, ते सारं मी माझ्या प्रयत्नांनीच तर मिळवलंय' ही अढी अहंकारामुळेच उत्पन्न होते. पण हाच अहंकार गुरूचरणी समर्पित होताच खरी पात्रता तयार होऊन ज्ञान मिळतं.

अहंकाराचा नाश झाल्याशिवाय सत्य प्रकट होत नाही, पण अहंकाराला मात्र झुकायचं नसतं. अहंकार म्हणतो, 'मी का म्हणून झुकू?' यासाठीच गुरूमूर्तींचं

महत्त्व विशद करण्यात आलं आहे. कारण गुरूच याबाबत प्रतिप्रश्न करून अहंकाराला प्रकाशात आणतात.

गुरूंसमोर स्वीकारभाव प्रकट झाल्याने अहंकार नतमस्तक होण्यास तयार होतो. अहंकार जागृत झाला, की गुरू त्याबाबत प्रतिप्रश्न विचारतात, जेणेकरून अहंकार समूळ नष्ट होऊ लागतो.

काही शिष्यांना जप, तप, तंत्र-मंत्र वा सिद्धी यांचं आकर्षण असतं. हे लोक आपलं ध्येय सोडून अशा गोष्टींमध्ये गुंतून जातात. परम ध्येयप्राप्तीच्या मार्गावर हे लोक मंत्र-तंत्रांनी सिद्धी प्राप्त करण्याच्या प्रयत्नात राहतात. ज्या माणसाला सिद्धींचं आकर्षण असतं, तो त्यातच अडकून पडतो. इतर लोक जे करू शकत नाहीत, ते त्याला करायचं असतं आणि यासाठीच त्याला सिद्धी हवी असते. मंत्र आणि सिद्धींमध्ये अडकून मनुष्य अहंकारी होतो. आपल्या कामामध्ये कोणी विघ्न आणू नये, आपल्याला मनमानी करता यावी, असं त्याला वाटत असतं. खऱ्या ज्ञानप्राप्तीसाठी तो ना परिश्रम करतो ना सेवा. हेच आता समजून घेऊ या एका उदाहरणाद्वारे.

रैभ्य आणि भरद्वाज हे दोघे संत परस्परांचे चांगले मित्र होते. रैभ्यला शास्त्रात पारंगत आणि अतिशय ज्ञानी असलेले दोन पुत्र होते. इकडे भरद्वाजाचा मुलगा यवक्रीत कोणतीही मेहनत न करता ज्ञानी होऊ इच्छित होता आणि परिणामी रैभ्यच्या दोन्ही मुलांची त्याला ईर्षा वाटत होती. यवक्रीताला गुरूंची सेवा न करताच वेदांचं आणि शास्त्रांचं ज्ञान प्राप्त करून घ्यायचं होतं. त्यासाठी त्यानं भगवान इंद्राची कठोर तपस्या केली. त्याच्या कठोर तपस्येमुळे प्रसन्न होऊन जेव्हा भगवान प्रकट झाले, तेव्हा यवक्रीत त्यांना म्हणाला, 'देवराज मला असा वर आपल्याकडून हवा आहे, की मला सारे वेद आपोआप यावेत. त्यासाठी मला अभ्यास, मेहनत आणि कोणत्याही गुरूंची सेवा करावी लागू नये.'

हे ऐकून इंद्राने हसत-हसत उत्तर दिले, 'हे बघ वत्सा, ही अशक्यप्राय गोष्ट आहे. केवळ तप करून तू ज्ञान प्राप्त करून घेऊ शकत नाहीस. तू कोणत्या तरी गुरूंच्या मार्गदर्शनाखाली अभ्यास आणि परिश्रम करून वेदज्ञान प्राप्त करून घ्यावेस हेच अधिक योग्य होईल.'

इंद्र तर निघून गेले, पण यवक्रीत आपला हट्ट सोडायला तयार नव्हता. त्याने इंद्राचा सल्ला न मानता आपली तपस्या सुरूच ठेवली. एके दिवशी यवक्रीत गंगास्नानाला गेला असताना त्यानं एका वृद्ध माणसाला किनाऱ्यावर बसलेलं पाहिलं. तो वृद्ध किनाऱ्यावरची वाळू मुठीत भरून गंगेच्या वाहत्या पाण्यात फेकत होता. त्याचं हे विचित्र वागणं पाहून यवक्रीताने आश्चर्यचकित होऊन त्याला विचारलं, 'बाबा, हे तुम्ही काय करता आहात?' वृद्ध म्हणाला, 'गंगा पार करायला लोकांना फार त्रास होतोय. म्हणून विचार करतोय, गंगेच्या त्या किनाऱ्यावर जाण्यासाठी वाळूचा पूल तयार करावा, त्यामुळे येण्या-जाण्यासाठी लोकांची सोय होईल.'

हे ऐकून यवक्रीताला हसू आलं. तो हसत-हसत म्हणाला, 'बाबा, वाहत्या पाण्यात वाळू घालून पूल कसा तयार होईल? तुमचे श्रम निरर्थक ठरतील. यातून काहीही निष्पन्न होणार नाही.' त्यावर वृद्ध म्हणाला, 'का? माझे श्रम निरर्थक का जातील? मीदेखील तुझ्यासारखंच काम करतोय. तूसुद्धा वेदाध्ययन न करताच ज्ञानाचा पूल बांधण्याचा प्रयत्न करतो आहेस. तसाच मी गंगेवर पूल बांधण्याचा प्रयत्न करतोय. जर माझे श्रम व्यर्थ, तर तुझे श्रमदेखील व्यर्थ आहेत.' हे सांगून वृद्धानं आपलं खरं रूप प्रकट केलं. ते वृद्ध म्हणजे प्रत्यक्ष भगवान इंद्र होते. गुरू आणि परिश्रम यांशिवाय कोणीही ज्ञान प्राप्त करू घेऊ शकत नाही, असं यवक्रीताला पटवून देण्यासाठी ते आले होते.

परिश्रम आणि योग्य गुरू यांच्या माध्यमातूनच ज्ञानार्जन केलं जाऊ शकतं. या मार्गात आपण जर जवळचा रस्ता निवडला, तर अपेक्षित परिणाम साधू शकत नाही. सिद्धींमध्ये गुरफटलेले लोक गुरूंनी दाखवलेल्या मार्गावर चालतही नाहीत आणि गुरूंच्या आज्ञेला महत्त्वही देत नाहीत. परिणामी खऱ्या ज्ञानापासून ते वंचित राहतात.

अशा शिष्यांना सिद्धींच्या आकर्षणातून बाहेर काढणं आवश्यक आहे, कारण सिद्धींमुळेच त्यांची परम ध्येयाची वाटचाल चुकीच्या दिशेनं होते. सिद्धी अहंकार वाढवतात, परिणामी परम ध्येयप्राप्तीच्या मार्गात अडथळा येतो. अशा आकर्षणामधून केवळ गुरूच योग्य मार्ग दाखवू शकतात.

सेवेच्या माध्यमातून गुरू पडताळत असतात, की शिष्य खरंच ज्ञानप्राप्तीसाठी आसुसलेला आहे, की त्यासाठी नुसताच अभिनय करतोय. सर्वांबरोबर सेवा केल्यामुळेच, शिष्याला आपल्या चुकीच्या वृत्तींबद्दल जाणीव निर्माण होते आणि त्यामुळेच त्यांच्यावर घाव घालणं सोपं होतं. शिष्याने जर सेवेचं महत्त्व ओळखलं, तर त्याला जी सेवा दिली जाईल, ती सेवा तो करेल.

वाईट सवयी आणि वृत्ती नष्ट व्हाव्यात, यासाठी सेवा हे निमित्त आहे. सर्वांसोबत सेवा करताना जेव्हा सेवकाच्या सर्व वृत्ती नष्ट होतात, तेव्हा त्याला परिपक्वता येते आणि ज्ञानाप्राप्तीविषयी दृढता उत्पन्न होते. मगच सेवेचं अंतिम ध्येय पूर्ण होतं. सेवा सेवकाची सेवा करते, म्हणजे सेवेमुळे सेवकाचा अहंकार नष्ट होतो. हेच सेवेचे मूळ उद्दिष्ट आहे.

गुरूकृपेसाठी खरा पात्र कोण असतो? जो गुरूंची शिकवण आचरणात आणत नाही तो, की जो गुरूंची शिकवण, सेवा आणि आज्ञा यांवर त्वरित अंमल करतो तो? गुरूंच्या कार्यात जो शिष्य आनंदानं सहभागी होतो, तो सहजतया गुरूकृपेचा धनी ठरतो आणि याहीपुढे जाऊन तो सत्यात स्थापित (स्टॅबिलाइजड्) होतो. पॉवर ऑफ स्टॅबिलायझेशन म्हणजे स्वयंबोधात स्थापित होणं, जे सत्य

गवसतं त्यातच स्थिर होणं. सत्यामध्ये स्थापित होण्यासाठी आपल्याला हे समजायला हवं, की स्थिरता कशी प्राप्त होते आणि ती प्राप्त करताना नेमक्या कोणत्या अडचणी असतात. माणूस समस्यांपासून दूर जायला बघतो, जेव्हा तो पलायनवादी होतो, तेव्हा तो स्थिरता गमावून बसतो. स्थिरतेची चौथी शक्ती प्राप्त करून घेण्यासाठी पलायनापासून सुटका करून घेणं गरजेचं आहे.

मनुष्य आपल्या प्रत्येक कमतरतेपासून दूर जाण्याच्या प्रयत्नात असतो. कोणत्याही संकटाला तोंड देण्याऐवजी तो त्यापासून पळ काढतो. आज लोकांनी पलायनासाठी एक सोपी युक्ती शोधून काढली आहे, ती म्हणजे टीव्ही. मनुष्य कंटाळताच किंवा फावला वेळ मिळताच मन शांत करण्यासाठी तो टीव्हीसमोर जाऊन बसतो. खरंतर या वेळेचा उपयोग तो स्वतःचा शोध घेण्यासाठी, साधना करण्यासाठी करू शकला असता, पण तसं होत नाही. कारण, त्याला यापेक्षा अधिक चांगल्या पद्धतींची माहितीच नाही. सांगण्याचं तात्पर्य, मनाला शांत करण्याच्या अनेक चांगल्या पद्धती अस्तित्वात आहेत, ज्यांपासून मनुष्य अनभिज्ञ आहे.

खरंतर सेल्फ (ईश्वर), जो आपल्या शरीराशी जोडलेला असल्याने प्रत्येक प्रसंगात तो स्वतःला अनुभवून, आपल्या गुणांना व्यक्त करू पाहतो; पण ही पद्धत लोकांना अपरिचित असल्यानं ते पलायनवादी झाले आहेत. पण संकटं समोर येताच किंवा काही निराशाजनक परिस्थिती उद्भवताच मनुष्य त्यापासून पळून जातो; कारण त्याला तशी सवयच जडलेली असते.

जो मनुष्य प्रत्येक प्रसंगाशी योग्य रीतीने दोन हात करतो, तो पलायन करत नाही. सत्यामध्ये स्थिर होण्यासाठी प्रत्येक प्रसंग, प्रत्येक समस्येचा सामना करणं आवश्यक आहे. प्रत्येक घटनेबरोबर शरीरात काय घडतंय, कोणती भीती, मनाची कोणती कमजोरी उत्पन्न होतेय, याचं तटस्थपणाने निरीक्षण करायला हवं. आपण स्वतःलाच समजून सांगायला हवं, की सध्या होणारा त्रास, संकट किंवा वाईट

अनुभव हे सर्व काही क्षणिक आहे. याला तोंड दिलं, तर पुढे येणाऱ्या बऱ्याच दुःखांपासून वाचता येईल; परंतु लोकांना चांगली पद्धत माहीत नसल्यानं ते पलायनासारख्या पद्धतीचा उपयोग करतात.

पलायनाचेदेखील अनेक प्रकार आहेत. काही लोक इतरांसमोर जाण्याचं टाळतात, तर काही लोक मद्याचा आसरा घेतात. अशा माणसाला माहीत नसतं, की वर्तमानापासून दूर जाण्यासाठी तो पलायनाची पद्धत शोधतोय. जेव्हा माणूस प्रत्येक प्रसंग किंवा संकटाला यथायोग्य सामोरा जातो, मोठ्यात मोठे संकट आल्यावरदेखील तो अविचल राहतो, तेव्हा स्वयंबोधाची अवस्था प्राप्त करणं सोपं होत जातं.

◆ मनन प्रश्न ◆

यवक्रीताच्या गोष्टीतून आपण काय शिकलात?

आपण गुरूंनी शिकवलेल्या मार्गावरून पुढे जात आहात, की सिद्धींमध्ये अडकत आहात?

आपण गुरूकृपेसाठी पात्र आहात का? नसाल, तर पात्र बनण्यासाठी काय कराल?

ापण प्रत्येक प्रसंगाचा सामना धीराने करता, की त्यापासून पळ काढता? सत्यात स्थापित होण्यासाठी आपण 'पॉवर ऑफ स्टॅबिलायझेशन' या शक्तीचा उपयोग कशा प्रकारे कराल?

◆ आजचा संकल्प ◆

आज कमीतकमी एक सेवाकार्य करायचे आहे.

❖ अध्याय ९ ❖
ईश्वराची खरी आराधना
कर्मयोगी संत रैदास

ईश्वरप्राप्तीचे अनेक मार्ग आहेत, शिवाय सारेच धर्म खरे आहेत; पण महत्त्वाचे आहे ते छतापर्यंत पोहोचणे. आपण तिथवर दगडी पायऱ्यांनी, लाकडी पायऱ्यांनी, दोरीने अथवा बांबूच्या साहाय्यानेदेखील पोहोचू शकतो.
- रामकृष्ण

पंधराव्या शतकातील भारतीय संत रोहिदास जातीने चर्मकार होते. ते कामालाच ईश्वराची आराधना समजत. त्यामुळे ते आपलं काम मन लावून व प्रामाणिकपणे करीत असत. अमावस्येच्या दिवशी एका साधूनं रोहिदासांना विचारलं, 'आपण गंगास्नानाला येणार का?' त्यावर रोहिदास म्हणाले, 'माझी तर येण्याची इच्छा खूप आहे, परंतु कामामुळं ते शक्य नाही. मी जर काम सोडून गंगास्नानाला गेलो, तर ग्राहकांच्या चपला कोण शिवून देणार?' गंगास्नान पुण्याचं काम असून, त्याचं धार्मिक महत्त्वदेखील रोहिदासांना माहित होतं; पण ते कर्मप्रधान असल्याने त्यांनी गंगास्नानाऐवजी आपल्या कामालाच प्राधान्य दिले.

रोहिदास साधूला म्हणाले, 'महाराज, आज माझ्या नशिबात गंगास्नान नाही. तुम्ही गंगास्नानाला जातच आहात, तर माझ्यातर्फे हे नाणं गंगामाईला अर्पण करा.' साधूने रोहिदासांकडून नाणं घेऊन ते गंगामाईला अर्पण करण्याचं मान्य केलं. गंगेत स्नान केल्यावर साधूला रोहिदासांच्या नाण्याची आठवण झाली. ते म्हणाले, 'माई, रोहिदासांनी दिलेल्या नाण्याचा स्वीकार कर.'

साधूने असे शब्द उच्चारताच गंगेच्या अथांग पाण्यातून दोन हात बाहेर आले आणि त्यांनी साधूकडून ते नाणं घेतलं. हे पाहून साधू आश्चर्यचकित झाला. तो विचार करू लागला, 'मी तर जीवनभर खूप तपस्या केली, कित्येक वेळा गंगास्नान केलं, पण माझ्यावर तर गंगामाईने इतकी कृपा कधीच केली नाही. याउलट रोहिदासांनी कधीच तपस्या केली नाही, ते कामाच्या गडबडीत गंगास्नान करायलादेखील आले नाहीत, तरीपण गंगामाईच्या नजरेत ते इतके धार्मिक कसे झाले, की त्यांचे नाणे घेण्यासाठी गंगामाईला स्वतः यावं लागलं?'

साधूंनी रोहिदासांना घडलेली सर्व हकिकत सांगितली आणि त्याच्या मनात आलेल्या शंकांचं निरसन करायचा आग्रह केला. रोहिदास नम्रतेने म्हणाले, 'महात्माजी, आपण माझ्यापेक्षा मोठे तपस्वी आहात, माझ्यापेक्षा आपण ईश्वराची आराधना अधिक करता. मी भक्तिभावाने आपले कर्तव्य निभावतो आणि आपली सर्व कर्मं ईश्वरचरणी समर्पित करतो, त्यामुळेच ईश्वर माझ्या कामालादेखील भक्तीचे एक रूप मानतो.' साधूचे डोळे उघडले आणि त्याला समजलं, की खरंतर कर्मदेखील भक्तीचं रूप घेऊ शकतं.

जर आपण आपले कर्तव्य झोकून देऊन, मन लावून, अतिशय उत्कृष्टतेनं करत असाल, तर आपण भक्तीच करत आहात. ज्ञानयोग सामान्य माणसाच्या

आकलनापलिकडे असतो. ईश्वराप्रत पोहोचण्यासाठी सामान्य लोकांनी एकतर भक्तियोग आचरला पाहिजे किंवा कर्मयोग. आपण जर कर्तव्यपालनासाठी काम करत असाल, इतरांच्या कल्याणाचा विचार करत असाल, तर निश्चितच आपण कर्म आणि भक्तीच्या वाटेवर चालत आहात. यामुळे आपला इहलोकपण सुधारेल आणि परलोकदेखील. आपण जेव्हा भक्तिभावाने काम कराल, तेव्हा आपली प्रतिमा आणि प्रतिष्ठादेखील उंचावेल. पण लक्षात ठेवा, केवळ विकास साधणं हा आपला मूळ उद्देश नसून, कर्म आणि भक्तीचा समन्वय साधून मोक्ष प्राप्त करणं हेच आपलं मूळ उद्दिष्ट आहे.

मनुष्याकडून मोक्ष मिळण्याआधी आणि नंतरही कर्म होतच असतं; पण दोन्हींमध्ये फरक आहे. दोन्ही कर्मांना आपण एकाच नावानं संबोधलं, तर गोंधळ होईल. म्हणून वेगवेगळे शब्द तयार केले जातात; जेणेकरून लोकांना बंधनांत बांधणारी कर्मं होऊ नयेत, याची जाणीव व्हावी. शिवाय, अशा कर्मांमुळे स्वतःसाठी आणि इतरांसाठीही मोक्षाचं द्वार सदैव खुलं राहावं. अशी कर्मं करणारा किंवा प्रत्येक कर्माचा आत्मा जागृत करणारा मनुष्य म्हणजे 'कर्मयोगी.' कर्मयोगी निसर्गाकडून मिळालेले संकेत समजून जी तेजकर्मं करतो, त्याद्वारे त्याला मुक्ती प्राप्त होते. अशा कर्माला 'कर्मात्मा' म्हणतात.

कर्मात्म्याचे तीन भाग आहेत– प्रेम, भावना आणि प्रज्ञा. प्रज्ञा हे कर्मात्म्याचे महत्त्वपूर्ण अंग आहे. प्रज्ञा (समज) निर्माण होण्यासाठी लागणारा वेळ फार महत्त्वाचा असतो. प्रज्ञा जर मृत झाली, तर कर्माचा आत्मा मृत होतो. प्रज्ञा (समज) नसताना होत असलेली कर्मं आत्माहीन असतात. आपल्याला आत्मा नसलेली कर्मं करायची नाहीत, कारण अशी कर्मं दुःखाशिवाय काहीही देत नाहीत. म्हणून ज्यात प्रज्ञा आहे, कर्मात्मा आहे, अशीच कामे आपल्याकडून व्हावीत.

प्रेम, भाव आणि प्रज्ञाच्या मिलनातूनच कर्मात्मा जन्माला येतो. कर्मासोबत जर प्रेम आणि भक्ती असेल, तर ते कर्म अव्यक्तिगत होतं. जर ही समज नसेल,

तर कर्माचा आत्मा कमजोर असतो. प्रेम, भाव आणि प्रज्ञा समान असतील, तर मात्र कर्मात्मा बलवान असतो.

आपल्या कर्मात ज्यावेळी प्रेमभाव आणि प्रज्ञा असते, शिवाय प्रेमासोबत आसक्ती नसते, तेव्हा त्या कर्माचे बंधन बनत नाही. जेव्हा फळ ईश्वराला समर्पित केलं जातं, तेव्हा त्याविषयी आसक्ती राहत नाही. कर्मात्म्यामध्ये अकर्ताभाव असेल, तर त्या कर्माचं कधीही बंधन बनत नाही. प्रेमभाव, अकर्ताभाव, प्रज्ञाभाव कर्मात्म्याचा प्राण असल्याने प्रत्येक कामामागे काय भाव आहेत, हे जाणून घेणं महत्त्वाचं ठरतं.

यासाठीच कर्माच्या बाह्य स्वरूपावर फसू नका, तर कर्म करण्यामागे नेमके कोणते भाव आहेत ते पाहा. कधी-कधी वरवर वाईट दिसणारं कर्म आतून चांगलं असू शकतं आणि वरून चांगलं दिसणारं कर्म आतून मात्र वाईट असू शकतं. म्हणून खूपजणांच्या मनात प्रश्न येतो, 'वाईट कर्माचं फळ चांगलं आणि चांगल्या कर्माचं फळ वाईट का बरं मिळतं?' याला आणखी बारकाईनं समजून घेतलं, तर हे लक्षात येईल, की चांगल्या कामाचं वाईट फळ आणि वाईट कामाचं चांगलं फळ, ही केवळ आपल्या मनाची परिभाषा आहे. ज्या कर्माला आपण चांगलं म्हणता, ती तुमची स्वतःची व्याख्या आहे. जे कर्म आपल्याला चांगलं वाटेल, ते इतरांनाही चांगलं वाटेलच असं नाही. इतरांच्या दृष्टिकोनातून ते 'चांगलं कर्म' वाईटपण असू शकतं. प्रत्येक माणसाची कर्माची परिभाषा वेगवेगळी असू शकते.

कर्माची आपली परिभाषा जुन्या आणि अपुऱ्या ज्ञानामुळे तयार झालेली आहे, ती प्रथम बदलायला हवी. एक गोष्ट नेहमी लक्षात ठेवा, की कर्माच्या फक्त बाह्य स्वरूपावर लक्ष न देता, त्यामागे असणारे भाव समजून घेण्याचा प्रयत्न करायचा आहे. कर्माचे केवळ बाह्य स्वरूप पाहून अनुमान लावू नये.

माणसाला अहंकाररहित कार्ये करायची आहेत. म्हणजे त्याला स्पष्टपणे

समजेल, की आपण कोण आहोत? कर्म करणारा कोण आहे? भाग्य म्हणजे काय आणि कर्मात्मा म्हणजे काय?

हे ज्ञान प्राप्त झाल्यावर मनुष्याकडून जी कर्मं होतील, ती म्हणजे अहंकारविरहीत अभिव्यक्तीशिवाय दुसरं काय बरं असू शकेल?

◆ मनन प्रश्न ◆

संत रोहिदासांच्या कहाणीतून आपण काय बोध घ्याल?

कोणती कर्मं मुक्तीचा दरवाजा उघडतात?

आपली कर्मं भक्तिभावाने होतात का? आपलं प्रत्येक काम आपण किती मनापासून व प्रामाणिकपणे करता?

कर्माबाबतची आपली परिभाषा काय आहे?

◆ आजचा संकल्प ◆

आजची सर्व कार्ये ईश्वराला समर्पित करायची आहेत.

❖ अध्याय १० ❖
पाचवी शक्ती - पॉवर ऑफ ॲग्रीमेंट
अंतरात्म्याच्या आवाजाला सहमती

लोक आपला दृष्टिकोन बदलून जीवन बदलू शकतात.
- विल्यम जेम्स

विश्वासाच्या शक्तीने आपण आपल्या आयुष्यात कोणतीही गोष्ट प्राप्त करू शकतो. वंजाऱ्यांच्या एका टोळीनं आपल्या भटक्या आयुष्याला त्रासून जेव्हा ईश्वराची विश्वासानं मनःपूर्वक प्रार्थना केली, तेव्हा ईश्वरानं ती त्वरित ऐकली. यातून ईश्वरानं जे मार्गदर्शन केलं, ते काही लोकांनी विश्वासानं आत्मसात (ग्रहण/एग्रीमेंट) केलं. काही तसं करू शकले नाहीत. असं का झालं? वंजाऱ्यांच्या एका कहाणीतून हे समजून घेऊ यात.

एकेकाळची गोष्ट आहे. वंजाऱ्यांचा एक समूह आपल्या फिरस्ती आयुष्याला कंटाळला. प्रत्येक दिवशी प्रवासासाठी पायी चालायचं, एका ठिकाणाहून तंबू उचलून दुसरीकडे लावायचा, यानं हा समूह थकू

लागला. त्यांनी ठरवलं, 'आपल्यातील काही लोक कोणत्या तरी एका ठिकाणी खूप दिवस राहून स्वतःची प्रगती करतील.'

त्यांच्यातील एकाला हे म्हणणं पटल्यानं तो म्हणाला, 'आपल्या भटकंतीमुळेच कदाचित आपण गरीब आहोत,' तर दुसरा म्हणाला, 'ईश्वराचं आपल्याकडे लक्षच नाही. जगातल्या इतर लोकांना सगळ्या सवलती मिळतात, पण आपल्याला मात्र रोज कमावूनच पोट भरावं लागतं. एखाद्या दिवशी जर आपण काही मिळवलं नाही तर उपाशी मरू.'

शेवटी सर्व वंजारी या निष्कर्षावर आले, की परमेश्वरानं त्यांच्यावर मोठा अन्याय केला आहे. या परिस्थितीमुळेच आपण दुःखी असून, ती आता बदलायलाच हवी.

रात्रीची वेळ होती आणि या समूहाने परिस्थिती बदलावी, म्हणून ईश्वराची सामूहिक प्रार्थना आयोजित केली होती. सर्वजण मनःपूर्वक प्रार्थना करू लागले आणि ईश्वराने त्यांची प्रार्थना ऐकली, मनःपूर्वक केलेल्या प्रार्थनेचं फळ समोर आलं.

त्यावेळी वंजाऱ्यांना आकाशवाणी ऐकू आली. 'तुम्ही इथे इतस्ततः पसरलेले जितके खडे गोळा करता येतील, तेवढे गोळा करून आपल्या पिशवीत भरून तिचं तोंड बंद करा. उद्या सकाळी तुम्ही इथून जा आणि पुढच्या मुक्कामावरच पिशवी उघडा.' यावर वंजाऱ्याच्या सरदाराने विचारले, 'यामुळे काय होईल?' यावर आकाशवाणी झाली, 'यामुळे आपल्यातील काही लोक खूश होतील आणि काही दुःखी.'

यानंतर आवाज लुप्त झाला आणि वंजारी आपापसात बोलू लागले. त्यांना असं वाटलं, की हा देवाचा आवाज असणं शक्य नसून, त्यांची कुणीतरी गंमत केली आहे. जर तो देवाचा आवाज असता, तर त्याने

काहीतरी चांगलं दिलं असतं. खडे-दगडं वेचायला थोडंच सांगितलं असतं? असाही प्रश्न त्यांच्या मनात डोकावून गेला.

काहीजण म्हणाले, 'यात वाईट असं काय आहे? जर आकाशवाणीने सांगितलंय, की खडे-दगड वेचून पिशवीत भरा, तर वेचायला काय हरकत आहे?'

काहीशा अनिच्छेनेच वंजाऱ्यांनी खडे उचलून आपल्या पिशवीत टाकले. ज्यांचा आकाशवाणीवर जास्त विश्वास होता, त्यांनी जास्त दगडं उचलली. ज्यांचा कमी विश्वास होता, त्यांनी कमी दगडं उचलली. खडे पिशवीत भरल्यावर त्यांनी पिशवीचे तोंड बंद केले.

दुसऱ्या दिवशी सकाळी त्यांनी पुढील मुक्कामाकडे कूच केले. दिवसभर प्रवास करून संध्याकाळी मुक्कामावर पोहोचताच सरदार म्हणाला, 'चला, आता पिशव्या उघडून बघू या. त्या आवाजाने पुढच्या मुक्कामी पोहोचल्यावर पिशव्या उघडून बघायला सांगितलं होतं.'

सर्व वंजाऱ्यांनी जेव्हा आपल्या पिशव्या उघडून पाहिल्या, तेव्हा आश्चर्याने त्यांचे डोळे पांढरे व्हायची वेळ आली. त्यांनी खडे-दगड समजून जे पिशवीत भरले होते, ते तर हिरे होते. काहीजणांना ते श्रीमंत झाल्याबद्दल आनंद होत होता, तर आपण जास्त खडे का वेचले नाहीत, या विचाराने काहीजण दुःखी झाले होते.

वर उल्लेखिलेल्या प्रसंगात, ज्या वंजाऱ्यांनी ईश्वराच्या आवाजावर विश्वास ठेवला, त्यांनी आपल्या सहकाऱ्यांच्या तुलनेत जास्त हिरे गोळा केले. पण ते हिरे आहेत, याची मात्र त्यांना त्यावेळी कल्पनाच नव्हती. काही वंजाऱ्यांनी ईश्वराकडून मिळालेल्या मार्गदर्शनाचा स्वीकार करून अनुमती दाखवली आणि त्यामुळे त्यांचं जीवन आनंदित झालं. ही आहे पाचवी शक्ती, 'पॉवर ऑफ ॲग्रीमेंट !' ॲग्रीमेंट याचा अर्थ आहे सहमती. जेव्हा आपण काही गोष्टींसाठी सहमत होतो, तेव्हा त्याबाबत काम करणे सोपे होते. आपल्यालादेखील सहमत व्हायचंय, ॲग्रीमेंट

वाढवायचंय. आपल्या जीवनात जे काही चाललंय, आपल्याला जे काही मिळतंय, त्याबाबत सहमती! सहमती दर्शवताच आपण दुःखी होत नाही, पण असहमत होताच दुःख वाट्याला येतं. एखादी निराशाजनक घटना घडताच आपण दुःखावेगाने म्हणतो, 'असं व्हायला नको होतं, हे तर फार वाईट झालं. असं जर झालं असतं, तर मला आनंद झाला असता.' याचाच अर्थ, आपण त्या घटनेला स्वीकारू शकत नाही, असहमती दर्शवतो. घटना कितीही प्रतिकूल असताना आपण सहमती दर्शवली, तर दुःख त्वरित नाहीसं होईल किंवा निदान कमी तरी होईल.

खरंतर माणूस तीन अवस्थांमधून मार्गक्रमण करतो. पहिली अवस्था आहे, शिव अवस्था. याच्यानंतर तो दुसऱ्या अवस्थेत म्हणजे त्रस्त अवस्थेत येतो; तर तिसरी अवस्था म्हणजे अपूर्व अवस्था. शिव अवस्था ही पूर्व अवस्था आहे. मध्ये आहे बंद अवस्था आणि शेवटी आहे अपूर्व अवस्था. माणूस मध्येच अडकून पडतो. अपूर्व अवस्थेमध्ये जाण्यासाठी त्याला हे समजून घ्यावं लागेल, असं काय घडतं, ज्यामुळं तो मध्येच लटकतो?

माणसाच्या जीवनात ईश्वराच्या उपस्थितीत एखादी घटना घडते आणि मध्ये असतो एक लिफाफा. हा लिफाफा दोन्ही बाजूंनी उघडतो. त्यातल्या एका बाजूनं ईश्वराच्या उपस्थितीत एखादी घटना घडते. पण मनुष्य त्या लिफाफ्याला लगेचच बंद करून त्यावर शिक्का मारतो. म्हणजे कोणत्याही घटनेला तो सुखद किंवा दुःखद असं लेबल लावतो आणि 'हे असंच आहे' असं समजतो. त्याला हे समजत नाही, की या गोष्टी मनाच्या लिफाफ्यातून जात आहेत. पुढची गोष्ट होऊ द्यायची आहे, प्रतीक्षा करायची आहे, पण तो प्रतीक्षा करतच नाही. उलट लिफाफ्याला पटकन बंद करून सील करतो.

आपल्यालाही याचप्रमाणे कोणत्याही घटनेला लगेचच लेबल लावायचे नसून, सहमती दर्शवून (स्वीकार करून) त्यातून पार पडायचंय. आपण

जेव्हा लिफाफा ताबडतोब बंद करतो, तेव्हा नवनिर्माण बंद होतं. ईश्वर त्या लिफाफ्यातून पुढे आपल्याला काही देऊ इच्छितो, पण सीलबंद केल्यानं ते तिथेच थांबतं. म्हणून आपण त्वरित ईश्वराची माफी मागून लिफाफा उघडावा.

ईश्वराच्या उपस्थितीत घटना घडताच जर आपण म्हणालो, 'हे तर खूप वाईट झालं,' तर याचा अर्थ आपण त्या लिफाफ्यावर शिक्कामोर्तब केलं. आपण कदाचित बोलून दाखवलं नसेल, पण आपली नाराजी सगळं काही सांगून जाते.

अशा परिस्थितीत आपण स्वतःला लगेच विचारायला हवं, 'मी या घटनेला कोणत्या कारणास्तव चांगलं किंवा वाईट म्हणालो? उदाहरणार्थ- 'आज पाऊस पडायला नको होता किंवा उद्या पडला असता तर बरं झालं असतं,' असा विचार ज्यावेळी आपल्या मनात येतो, त्यावेळी आपण स्वतःला सांगायचं आहे, 'आज पाऊस पडतोय, म्हणजे ती आजची गरज आहे. आज जर आवश्यकता नसेल, तर ती कदाचित उद्या असेल.' ईश्वराच्या उपस्थितीत काही घटना घडल्यावर माणसानं असहमती दर्शवताच त्वरित दुःखद भावना निर्माण होते आणि त्यामुळे आपण ईश्वराशी असहमत आहोत, हेच सिद्ध होतं. अशावेळी आपण लगेचच स्वतःला सांगितलं पाहिजं, 'जे चाललंय ते उत्तम आहे आणि असंच व्हायला हवं होतं.'

आपल्या जीवनात ज्या काही समस्या आहेत, त्या आपल्याला दुःख देण्यासाठी दिलेल्या नाहीत. त्या आपल्याला काही शिकवण्यासाठी आणि ईश्वराशी नाते कसे जोडावे, हे सांगण्यासाठी आहेत; अन्यथा तुम्ही ईश्वराशी (सत्य) कधीच संवाद साधला नसता.

⇨

◆ मनन प्रश्न ◆

वंजाऱ्यांच्या गोष्टीतून आपण काय शिकलात?

आपण अंतर्मनाचा आवाज ऐकू शकता का? जर ऐकू शकत असाल, तर त्यावर विश्वास ठेवू शकता का?

जीवनाबद्दलचा आपला दृष्टिकोन कसा आहे?

'पॉवर ऑफ ॲग्रीमेंट' या शक्तीचा उपयोग केल्यावर आपले जीवन कसे बनेल?

कोणकोणत्या घटनांमध्ये आपल्याला सहमती दर्शवण्याचा अभ्यास करायला हवा?

◆ आजचा संकल्प ◆

आज आपल्याला अंतर्मनाचा आवाज ऐकण्याचा प्रयत्न करायचा आहे.

❖ अध्याय ११ ❖

कणाकणात सामावलेला ईश्वर
संत नामदेवांचा ईश्वराबाबतचा दृष्टिकोन

कुत्र्याला भाकरी घालणं हा परोपकार नाही. आपल्याला कुत्र्याइतकीच भूक लागलेली असताना त्याला भाकरी घालणं हा खरा परोपकार आहे. - जॅक लंडन

महाराष्ट्रात तेराव्या-चौदाव्या शतकात संत नामदेव होऊन गेले. एकदा त्यांना भूक लागल्याने ते भराभर भाकरी भाजण्यात गुंतले होते. तेवढ्यात पाठीमागून एक कुत्रा आला आणि त्यानं त्यांच्या सगळ्या भाकरी तोंडात धरून पळण्यास सुरुवात केली. नामदेवांनी जेव्हा कुत्र्याला भाकरी घेऊन पळताना पाहिलं, तेव्हा ते तुपाचे तांबले घेऊन त्याच्या पाठीमागं पळू लागले. ते ओरडून म्हणत होते, 'देवा, भाकरीला तूप तर लावून घ्या. कोरड्या भाकरी कशा खाल?'

शेवटी त्यांनी कुत्र्याला पकडलंच. त्यानंतर त्यांनी भाकरीला तूप लावून त्या कुत्र्याला खायला घातल्या. बघणारे लोक आश्चर्यचकित होऊन विचार करीत होते, 'किती वेडा माणूस आहे हा! स्वतःला भूक

लागलेली असूनदेखील आपल्या भाकरी कुत्र्याला खायला घालतोय आणि त्याही त्याच्यावर तूप लावून!' लोकांना असं वाटत होतं, की कुत्र्याने कोरडी भाकरी खाल्ली काय किंवा तुपाने माखलेली, त्यामुळे आपल्याला काय फरक पडतो? पण नामदेवांना मात्र निश्चितच फरक पडत होता. त्यांना तर कुत्र्यातसुद्धा दैवी स्वरूप दिसत होतं, जे सगळ्या माणसांमध्ये जाणवतं. प्रत्येक सदेह माणसामध्ये दैवी अंश असतो, कणाकणांत देव असतो, हा सिद्धान्त ते मानत होते. म्हणून त्यांना कुत्र्यातदेखील दैवी अंश आहे, असं वाटलं आणि त्याला ते कोरड्या भाकरीचा नैवेद्य अर्पण करू शकत नसल्यानं त्याच्यामागं तुपाचं भांडे घेऊन धावू लागले.

प्रत्येक प्राणीमात्राच्या बाबतीत भूतदयेचा भाव असायला हवा. कारण प्रत्येकामध्ये जीवनाचा, ईश्वराचा अंश असतो. संत नामदेव प्रत्येक प्राण्याला दैवी अंश मानत असल्यानेच ते महान संत झाले. कोणी सामान्य माणूस असता तर काठी उचलून कुत्र्यामागे धावला असता, पण नामदेव तुपाचं भांडं घेऊन धावले. आपल्याला एवढी कडकडून भूक लागलीय आणि कुत्रा भाकरी घेऊन जातोय, याचाच सामान्य माणसाला राग आला असता; पण नामदेव आश्चर्यचकितदेखील झाले नाहीत आणि रागावलेसुद्धा नाहीत. त्यांना त्या कुत्र्यातसुद्धा ईश्वरदर्शन घडलं आणि तूप लावलेल्या भाकरीचा नैवेद्य आपण त्याला दाखवत आहोत, असंच त्यांनी मानलं.

माणसानं प्रत्येकात ईश्वराचं (सेल्फचं) रूप बघावं, ही महत्त्वपूर्ण बाब आहे.

पक्षी गाणं गातात. कारण पक्ष्यांमध्ये असणारं जीवन स्वतःचा अनुभव घेत आहे आणि गाणं गाऊन शरीराद्वारे तो अनुभव अभिव्यक्तही होत आहे. माणूस मात्र सकाळी उठल्यावरदेखील गाणं गाऊ शकत नाही, कारण सकाळी

उठताच तो विचार करू लागतो, 'आज ऑफिसमध्ये काय काम आहे? जेवणात काय केलं असेल? शाळेत कोणता अभ्यास आहे?' सकाळी झोपेतून उठल्यावर जी अभिव्यक्ती व्हायला हवी होती, ती होत नाही. सकाळी डोळे उघडल्यावर आठवलं पाहिजे, की एकच निराकार स्व (self) सर्वांमध्ये आहे आणि त्याच्यातूनच सगळे आकार निर्माण झाले आहेत. वास्तविक, मानवाच्या शरीराद्वारे त्या निराकाराच्या गुणांची (प्रेम, आनंद, मौन) अभिव्यक्ती व्हायला हवी होती. तो निराकार, असा निराकार आहे, ज्यातून सारे आकार प्रकट झाले आहेत.

माणूस स्वतःबाबत, आजूबाजूच्या लोकांविषयी किंवा विश्वाबाबत ज्या धारणा बाळगतो, त्याला अनुसरूनच कार्य करतो. जर तो स्वतःला वेगळा धर्म, वंश, देश वा जातीचं मानत असेल, तर त्याचं कार्यदेखील या धारणांनी प्रेरित असंच होईल. परंतु त्याला ज्यावेळी जाणीव होते, की त्याची खरी ओळख तर वेगवेगळ्या मान्यता आणि देहापलिकडं असलेलं सर्वव्यापी चैतन्य आहे, त्यावेळी इतरांकडे बघण्याचा त्याचा दृष्टिकोनदेखील बदलतो. तेव्हा तो समोरच्या माणसाला वेगळा न मानता आपल्या अस्तित्वाचाच एक भाग मानेल.

आपण प्रत्येक माणसात एकच चैतन्य पाहू लागाल, त्यावेळी आपण सर्व विश्वाकडे एका कुटुंबाप्रमाणे बघू शकाल. उपनिषदांमध्ये याला 'वसुधैव कुटुम्बकम्' म्हटलं गेलंय. 'वसुधैव कुटुम्बकम्' काय आहे, हे जाणणारा मनुष्य पूर्ण जगाला आपल्या कुटुंबाच्या रूपात पाहतो; ज्यात माणूस, झाडेझुडपे, जनावरे सर्वांचा अंतर्भाव होतो. तो स्वतःला अद्वैत सृष्टीचा एक भाग मानतो आणि कुटुंबातील सदस्यांप्रमाणं इतरांबरोबर जगातील प्रत्येक गोष्ट वाटून घेतो, शिवाय सर्वांची काळजी घेतो.

मानवी चैतन्यानंतर येतात प्राणी, पक्षी, कीटक, झाडेझुडपे आणि शेवटी दगड. माणसांबद्दल आपल्या मनात प्रेम आणि आनंदाची भावना असेल, तरच इतर गोष्टींबाबत आपण तसंच प्रेम अनुभवण्याची शक्यता आहे.

आपण घरात नवीन मशीन आणल्यानंतर ती वापरण्यापूर्वी नारळ फोडून

त्याची पूजा करतो. यामागं कारण असं आहे, की आपण त्याच्याशी ताळमेळ साधतो, पण केवळ कर्मकांड म्हणून पूजा केल्यास त्याचा काहीही उपयोग होणार नाही. पूजा जरूर करावी, पण त्या वस्तूतील चैतन्याचादेखील अनुभव घ्यावा, तिला प्रेमाने स्पर्श केला, तर आपल्याला तेजलाभ प्राप्त होईल.

यंत्रांची पूजा करताना आपल्याला हेदेखील लक्षात ठेवावं लागेल, की आपल्या आसपास ज्या जिवंत गोष्टी आहेत, त्यांना निदान प्रेमाने स्पर्श करावा, आशीर्वाद द्यावा, त्यांच्याबरोबर चांगली मैत्री करावी, त्यांना मित्रता द्यावी, त्यांच्यासाठी मांगल्याची प्रार्थना करावी. घरातील जिवंत माणसे महत्त्वपूर्ण आहेतच. मानवी चैतन्य उच्चतम असते, म्हणून आसपासच्या, मित्र-नातेवाईक, सहकारी यांच्यासाठी मनात प्रेमभावना जागृत करणेही आवश्यक आहे.

जे महापुरुष होऊन गेले, त्यांनी परमेश्वराला दगडातून साकारलंय. दगडातसुद्धा ईश्वर असतो, हे समजावून सांगण्यासाठी त्यांनी पाषाणमूर्ती बनवल्या. पण त्यासाठी दगडच का निवडला, असा प्रश्न यामुळे निर्माण झाला. दगडासारख्या क्षुल्लक गोष्टीत जो ईश्वराला पाहू शकेल, तो सर्वांमध्ये ईश्वर पाहू शकेल, यावरून ईश्वरासाठी दगडाची निवड केली आहे, हे लक्षात घ्या. दगड तर एक स्थूल (जड) गोष्ट आहे, त्यातसुद्धा जर ईश्वर दिसू शकला, तर प्रत्येकात दिसेल.

◆ मनन प्रश्न ◆

संत नामदेवांच्या गोष्टीतून आपण काय बोध घेतलात?

_____
_____

प्राण्यांबद्दल आपण दया ठेवता का? सर्व प्राणिमात्रांत निराकाराची झलक कशी आहे?

_____
_____

आपल्या गोष्टी लोकांबरोबर वाटून घ्यायला आपल्याला आवडतात का? जर नसतील, तर यामागे आपली काय धारणा आहे?

_____
_____

आपल्या शरीराद्वारे (मनोशरीरयंत्र) व्यक्तीचे प्रकटीकरण होत आहे, की निराकाराच्या गुणांचे?

_____
_____

◆ आजचा संकल्प ◆

आज सर्वांमध्ये ईश्वरच पाहायचा आहे.

❖ अध्याय १२ ❖

सहावी शक्ती - कृतज्ञताभाव शक्ती
भक्ती आणि प्रेमाचा अद्भुत संगम - मीरा

> जो प्रेम करत नाही, तो ईश्वराला जाणत नाही.
> कारण ईश्वरच प्रेम आहे. - बायबल

ईश्वराचा सर्वांत मुख्य गुण आहे 'प्रेम' आणि प्रेमगुणाचा साकार अवतार म्हणजे संत मीराबाई! कृष्णाला पूर्ण अवतार मानलं गेलं, तर मीरेला त्याच्या एका सर्वोत्तम गुणाचा अवतार मानलं जाऊ शकतं. प्रेमाकडं जर आपण लक्ष दिलं, तर ईश्वराचा सर्वांत मुख्य गुण असलेलं प्रेम आपल्यातदेखील निर्माण होऊ शकतं. संत मीराबाईंच्या जीवनातून प्रेरणा घेण्यासाठी, त्यांच्या आयुष्यातील घटनांचं अवलोकन करा. संत मीराबाई इतक्या प्रभावशाली आणि भावविभोर कशामुळे झाल्या? त्यांचा भक्तिभाव सर्वांना कसा बदलू शकला? त्यांच्या आजूबाजूला असणाऱ्या लोकांना मीरेच्या भक्तिभावाने कसं प्रभावित केलं?

भावनांच्या शक्तीत सर्व काही निर्माण करण्याचं सामर्थ्य आहे. जसं संत मीराबाईंनी भक्तिभावाच्या प्रभावानं ईश्वराला प्राप्त केलं.

एकदा श्रीकृष्णभक्त मीरा तिचे आजोबा आणि कुटुंबासह काही कामासाठी बाहेर गेली होती. सर्वांना विश्रांती घेण्यासाठी जंगलात रस्त्याच्या बाजूला छावणी मांडण्यात आली. तिथे एक साधू आले. त्यांच्याजवळ श्रीकृष्णाची एक छोटीशी मूर्ती होती. मूर्ती बघितल्यावर मीरेला ती इतकी आवडली, की 'ही मूर्ती मला हवी' असा हट्टच ती धरून बसली. खूपदा मागूनसुद्धा साधूमहाराज मूर्ती देण्यासाठी तयार झाले नाहीत.

लोक ज्या ठाकुरांची पूजा करतात, ते त्यांचं आराध्य दैवत असतं. त्यामुळे ती मूर्ती ते कधीही कोणालाच देत नाहीत. परंपरेनुसार साधूही मूर्ती देण्यासाठी तयार झाले नाहीत. ते म्हणाले, 'काहीही झालं तरी ही मूर्ती मी देणार नाही.' आजोबांनी छोट्या मीरेला समजावलं, की तुला अशीच दुसरी मूर्ती मिळेल. पण मीरेनं आपला हट्ट सोडला नाही. ती म्हणाली, 'नाही. मला हीच मूर्ती हवी आहे.' ती कोणाचंच ऐकायला तयार नव्हती. इतकंच काय, तर त्या दिवशी ती जेवलीदेखील नाही.

रात्री झोपल्यावर साधूमहाराजांच्या स्वप्नात येऊन भगवान श्रीकृष्ण म्हणाले, 'तू माझी प्रतिमासुद्धा कुणाला देऊ शकत नाहीस, तर माझी भक्ती कशी देशील? लोकांना भक्तिमार्गावर नेणं हेच तुझं काम आहे.' स्वप्नसंकेतामुळे भारून जाऊन, साधूमहाराज लवकर उठले. जिथे मीरा व तिचे कुटुंब होते, तिथे पोहोचले व त्यांनी मीरेला ती मूर्ती दिली. श्रीकृष्णाची मूर्ती मिळाल्यामुळे मीरा फारच आनंदित झाली.

यावरून समजतं, की मीरेने जो उपवास केला, ज्या (भक्ती) भावनेत ती दिवसभर मग्न राहिली, त्या भावनेने रंगत आणली. मीरेने सहावी शक्ती 'कृतज्ञता भावा'च्या प्रभावानंच श्रीकृष्णाला मिळवलं.

आपल्या जीवनात येणाऱ्या प्रत्येक गोष्टीसाठी आपल्याला कृतज्ञतेचा म्हणजे

धन्यवादाचा भाव ठेवायचा आहे. हा प्रभाव सर्व सकारात्मक गोष्टींना आकर्षित करतो, तर या भावनेचा अभाव नकारात्मक गोष्टी आकर्षित करतो. म्हणून ही भावशक्ती फार महत्त्वपूर्ण आहे. आपल्याला या शक्तीवर कार्य करायचं असून, त्याकरिता 'कोणत्याही घटनेत अडकायचे नाही,' असं ठरवावं लागेल.

वस्त्रहरणाप्रसंगी द्रौपदीच्या मनात कृतज्ञताभाव प्रखर झाल्याने तिच्यामध्ये भक्ती अवतरित झाली. आपण कृतज्ञता दाखवतो, म्हणजे कृपेसाठी धन्यवाद देतो. श्रीकृष्णाच्या मदतीसाठी द्रौपदीदेखील गोल-गोल फिरत होती, म्हणजेच ती धन्यवाद देत होती.

आपल्या जीवनात जसजसा कृतज्ञताभाव वृद्धिंगत होईल, तसतशा आपल्या प्रार्थना साकार होतील. या भावनेने जेव्हा आपण जीवन जगतो, तेव्हा आपल्याला हवी असणारी गोष्ट आपल्याकडे आकर्षित होते; अन्यथा माणसाला वाटतं, 'मला काही मिळालं तरच मी धन्यवाद देईन.' असं न करता आपल्याला जीवनात जे हवं आहे ते मिळालेलं आहे, या कृतज्ञताभावात जीवन जगा.

आपल्या जीवनात घडणाऱ्या घटना म्हणजे आपल्याच भावनांचा परिणाम असतो. जशी भावना तसे परिणाम. भावना किती प्रभावशाली असू शकतात, याची आपल्याला जाणीव नसते. आनंद आणि प्रेमात तर संपूर्ण जग बदलण्याची शक्ती असते.

लोकांचे इप्सित साध्य होत नाही याचाच अर्थ, त्यांच्या भावनांमध्येच काहीतरी कमतरता असते. भाव जर योग्य असेल, तर तो चुंबकाप्रमाणे आपल्याला हव्या असलेल्या सर्व गोष्टी आपल्याकडे आकर्षित करून घेतो. या सर्व गोष्टी भाव-प्रभावाने कशा होतात, हे आपल्याला ठरवायचं नाही. ठाकूरांची मूर्ती आपल्याजवळ कशी येईल, याचा विचार मीरेने केला नाही, तर ठाकूर तिच्याजवळ आहेत, या एकाच भावनेत मीरा होती आणि दुसऱ्या दिवशी ती मूर्ती आपणहून तिच्याकडं आली.

या पद्धतीने प्रत्येक गोष्ट आपल्याकडं येत राहते. ती रस्त्यात अडकून पडलेली आहे, ती आपल्याजवळ कशी येईल, हे केवळ आपल्या भावनेवर अवलंबून आहे. आपले भाव सतत बदलत राहतात, कधी ते सकारात्मक असतात, तर कधी नकारात्मक. कधी भक्तीयुक्त असतात, तर कधी महत्त्वाकांक्षेचे. आपले भाव जर योग्य असतील, तर आपल्या जीवनात सर्व काही येऊ शकतं. आपल्यासाठी सर्व काही योग्यच होईल. कठीण परिस्थितीतदेखील कोणी आपल्या केसाला धक्का लावू शकणार नाही.

'ही गोष्ट मला मिळणारच आहे' असा सकारात्मक भाव असेल, तर ती गोष्ट मिळतेच. एक दिवस आधी साधू मीरेला कृष्णाची प्रतिमा द्यायला तयार नव्हते, पण दुसऱ्या दिवशी ते स्वतः येऊन मीरेला मूर्ती देऊन गेले.

अशा प्रकारे मीरेचे जीवनच हे दर्शवते, की 'स्व'साठी प्रयत्न करणारा माणूस जेव्हा स्वानुभवावर पोहोचतो, तेव्हा त्याचा स्वर, स्वसेवा, स्वसंवाद आणि स्वभाव सर्वोत्तम होतो.

आपला स्वर, स्वसंवाद, स्व-सेवा, स्वभाव कसा असावा आणि आपण कोणत्या स्वानुभवात, स्वर्गात, स्वच्या अर्कात राहून भक्तियुक्त अंतःकरणानं प्रतिसाद द्यावा, निर्भय राहून लोकांशी कसा व्यवहार करावा, हेच मीरेच्या जीवनावरून आपल्याला शिकायचंय.

मीरेची 'स्व-सेवा' पाहून लोकांनी प्रेमाचं महत्त्व जाणलं, म्हणजे मीरेनं आपल्या जीवनाद्वारे लोकांना भक्तीरूपी शक्तीच्या ज्ञानाची शिकवण दिली. 'स्व'चा अर्थ ईश्वर असा होतो, जो सर्वांमध्ये अस्तित्वात आहे. त्याला कोणी कृष्ण म्हणेल, कोणी ईश्वर, तर कोणी अल्लाह. पण या सर्वांचा अर्थ मात्र एकच आहे. मीरेने ईश्वराचे गुण स्वतःच्या जीवनात उतरवून दाखविले. आपल्यातही ती शक्यता आहे.

⇨

◆ मनन प्रश्न ◆

संत मीराबाईंच्या कहाणीतून आपण काय बोध घ्याल?

_____

_____

आपल्याला जीवनात जे हवंय त्याबाबत आपला भाव कसा आहे?

_____

_____

संत मीराबाईंच्या जीवनात झालेल्या या घटनेवरून आपल्याला कोणती प्रेरणा मिळाली?

_____

_____

आपल्या जीवनात होणाऱ्या कोणत्या घटनांबाबत आपण ईश्वराबाबत कृतज्ञतेचा भाव ठेवू शकता?

_____

_____

माझी भक्तिदेखील संत मीराबाईंच्या भक्तीप्रमाणे होऊ शकते का? कशी?

_____

_____

◆ आजचा संकल्प ◆

आज प्रेम आणि आनंदाच्या भावनेत राहून भावनेचा प्रभाव अनुभवायचा आहे.

❖ अध्याय १३ ❖

ईश्वरच आपला स्रोत
विश्वासबीजाची पेरणी

लोक ईश्वराला दररोज पाहतात, मात्र त्याला
ओळखू शकत नाहीत. - पर्ल बेली

अकबर दिल्लीचे सम्राट असताना जवळच्या जंगलात एक संत राहत होते. एकदा त्या संताला एक धार्मिक उत्सव करावासा वाटला. उत्सवासाठी पैशांची आवश्यकता होती, म्हणून मदतीसाठी तो अकबराकडे गेला.

महालात प्रवेश करतानाच त्या संताने बघितले, की अकबर नमाज पढत होते. नमाज पठनानंतर खूप संपत्ती आणि शक्ती देण्यासाठी अकबराने अल्लाहकडे आशीर्वाद मागितला. हे ऐकून संत परत जाण्यासाठी निघाले. तेव्हा अकबराने उठून त्या संताला विचारलं, की ते कशासाठी आले होते आणि काही न सांगताच परत का चालले

आहेत? शांतपणे संत म्हणाले, 'सम्राटांना व्याकुळ होण्याची काही आवश्यकता नाही. मी सहजच आलो होतो आणि आता निघालो आहे,' पण अकबराला मात्र त्यांचं हे उत्तर पटलं नाही. येण्याचा उद्देश काय होता, असं त्यांनी पुनःपुन्हा संतांना विचारलं.

शेवटी संत म्हणाले, 'हे बघा शहेनशहा, मला एका धार्मिक उत्सवासाठी पैशांची गरज होती, म्हणून मी तुमच्याकडं आलो होतो.' अकबरांनी विचारले, 'मग आपण काहीच न मागता का जात आहात?' संत उत्तरले, 'मी शहेनशहाकडून मदतीची याचना करण्यासाठी आलो होतो, पण तुम्ही जेव्हा नमाज पठन करत होता, तेव्हा मी बघितलं, की आपण स्वतःच अल्लाहकडून संपत्ती आणि शक्तीची भीक मागत आहात.' हे पाहून माझ्या मनात विचार आला, मी एका भिकाऱ्याकडे काय भीक मागू? जर मला भीक मागायचीच आहे, तर सरळ ईश्वराकडूनच का मागू नये? संतांचे शब्द ऐकून अकबर निरूत्तर झाला.

माणसाला मदतीसाठी इतर लोकांवर अवलंबून न राहता ईश्वरावर अवलंबून राहायला हवं. सारी धनसंपत्ती, शक्ती, वस्तूंचा एकच स्रोत आहे आणि तो म्हणजे 'ईश्वर.' जर तो एकमात्र स्रोत आहे, तर आपण इतरांकडे भीक का मागावी? ईश्वर इतरांच्या माध्यमातून आपली मदत करतो, हे आपल्याला समजायला हवं. त्याला जेव्हा आपली मदत करायची असते, तेव्हा तो इतर लोकांना किंवा परिस्थितीला निमित्त बनवतो. लोक आपल्याला मदत करताहेत, अशी माणसाची गैरसमजूत होते. लोकांना निमित्त बनवून ईश्वर स्वतःच त्याची मदत करतोय, हे त्याला समजत नाही. हे जर त्याला समजलं तर, त्याचे डोळे उघडतील आणि तो सरळ स्रोताकडूनच मदत मागू लागेल.

ईश्वराला धन्यवाद देऊन आपण त्याच्यावरील विश्वास प्रकट करतो. विश्वास हे असं बीज आहे, जे पेरल्यावर प्रार्थनेचं फळ येण्यास आरंभ होतो.

म्हणून ईश्वराची प्रार्थना करा आणि त्याबरोबर विश्वासाचं बीज पेरा, म्हणजे ईश्वर आपण दिलेल्या बीजावर संस्करण करेल आणि आपल्याला आपल्या प्रार्थनेचं फळ लवकरात लवकर मिळेल. प्रार्थनेत विश्वासाचं बीज पेरणं फार महत्त्वाचं आहे.

आपण ईश्वराकडून यश, सुखसोयी, आरोग्य, सुरक्षा, प्रेम, आत्मविश्वास, प्रसिद्धी, पैसा अशा अनेक गोष्टींची अपेक्षा करतो, पण त्या बदल्यात ईश्वराला काम करण्यासाठी काहीही देत नाही.

एक छोटंसं बीज जमिनीत पेरल्यावर कितीतरी पटींनी वाढून येतं. हा चमत्कार पाहून सर्वांना आश्चर्य वाटतं आणि आनंदही होतो. निसर्गाचा हा चमत्कार पाहून सर्वांचे डोळे विस्फारले जातात. हा चमत्कार उत्कृष्ट बीज कसलेल्या जमिनीत, योग्यवेळी पेरण्याने होतो. हा निसर्गनियम माणसालादेखील लागू आहे. आपणदेखील आपलं उत्कृष्ट बीज (गुण, कला, वेळ, पैसा वगैरे) उत्कृष्ट जमिनीत (गरज असणाऱ्या) योग्यवेळी पेरलं, तर नियती आपलं जीवन चमत्कारिकरित्या आनंदानं भरून टाकतं, ते आपल्याला कळेल.

केवळ बीज पेरून शेतकऱ्याचं काम होत नाही, तर तो पीक येईपर्यंत वाट पाहतो आणि शेताची काळजीसुद्धा घेतो. आपणसुद्धा शेतकऱ्याप्रमाणे वागा. विश्वासाचं बीज पेरल्यावर जमीन सोडून जाऊ नका. ईश्वराला कार्य करण्याची संधी देऊन परिणामांची वाट पाहा.

विश्वासबीज पेरल्यावर संकटांनी निराश होऊन पळून जाऊ नका. जर आपण घटनांना घाबरून तिथून निघून गेलात किंवा निराश होऊन समस्येपासून पलायन केलं, तर याचा अर्थ आपण ईश्वरावर विश्वास ठेवणं सोडलं, असा होईल. असं कधीही करू नका. ईश्वराला कार्य करण्याची पूर्ण संधी द्या.

आजवर आपण ईश्वराला खूप काही दिलंत, विश्वासबीजं पेरलीत, पण ती अजाणतेपणी! आपण आपल्या विश्वासाच्या बदल्यात ईश्वराकडून नव्हे, तर

इतरांकडून अपेक्षा केली आहे. माणसांचे हे अजाणतेपण, ईश्वरावरील अविश्वास आणि निसर्गनियमांबद्दलचं अज्ञानच त्याच्या दुःखाचं खरं कारण आहे.

विश्वासाचं बीज पेरण्यासाठी ईश्वराच्या भक्तांची मदत अशा विचारानं करावी, की ही मदत मी ईश्वराला विश्वासरूपी बीजाच्या रूपानं देत आहे. त्या विश्वासरूपी बीजाचा भरवसा आपण परमेश्वरावरच ठेवावा. त्या बदल्यात ईश्वर आपल्या सर्व कमतरता दूर करेल.

आपल्याला जीवनात काय हवंय, हे नक्की करा. आपल्याला ज्ञान, आत्मनियंत्रण, आत्मविश्वास, स्वबोध हवाय, की सुख-सुविधा, लाभ-सुरक्षितता हवीय? प्रथम याचा निर्णय घ्या. मग त्यानंतर ईश्वराला प्रार्थनेतून सांगा, की माझ्याजवळचं चांगल्यातलं चांगलं मी तुला समर्पित करतोय आणि तुझ्यातल्या सर्वोत्तमाची अपेक्षा मला आहे.

यावेळी असा विचार करू नका, की आपण देवाजवळ भीक मागत आहोत. ईश्वरालासुद्धा कोणी भीक मागितलेली आवडत नाही. ईश्वराने हा संसार आनंदासाठी निर्माण केला आहे. ईश्वराची ही भव्य लीला आनंदासाठीच तर चाललीय. त्यात भीक मागण्याचा प्रश्नच येत नाही.

ईश्वर त्याच्या नियमानुसार माणसाला सर्वकाही भरपूर देऊ इच्छितो. ईश्वराच्या या नियमांचं ज्ञान तो आपल्याला निसर्गाद्वारे देत असतो. निसर्गामध्ये काट्याचं एक बीज (अविश्वासाचं एक बी) काट्यांची (दुःखाची) अनेक रोपं निर्माण करतं. त्याचप्रमाणं फळांचं एक बीजसुद्धा (विश्वासाचं बी) फळांची अनेक झाडं (सुखे) निर्माण करतं. हाच नियम मानवालादेखील लागू पडतो.

ईश्वराकडून काम करून घेण्याचं हे ज्ञान आपण सर्वांनी शिकून घेतलं पाहिजे. जर हे ज्ञान आपल्याला मिळालं, विश्वासबीज पेरण्याची पद्धत आपण शिकून घेतली, तर आपल्याला कुणाजवळच भीक मागण्याची गरज भासणार नाही. मग आपण समजेद्वारा प्रार्थना केल्यास तीच आपलं विश्वास-बीज बनेल.

आपल्या समस्या सोडविण्यासाठी, सर्व गुण आत्मसात करण्यासाठी म्हणजेच उत्कृष्ट अभिव्यक्तीसाठी आपल्याला विश्वासबीज पेरणं आवश्यक आहे; पण हे विश्वासबीज कुठे पेरायचं, हे जाणून घेणंदेखील तितकंच आवश्यक आहे. ज्यावेळी आपण विश्वासबीज पेराल, तेव्हा ईश्वरच आपली जमीन असेल, ईश्वरच स्रोत असेल आणि सर्वकाही पुरवणाराही (Total Supply)!

ईश्वर जे पाठवतोय, ते आपल्यापर्यंत पोहोचविण्यासाठी काही लोक साधन (कारण) होतात. जिथे स्रोत आहे, तिथूनच प्रत्येक गोष्ट येते, हे समजून घेणंही आवश्यक आहे. 'मी जे काही देत आहे, ते ईश्वराला देत आहे, त्याच्याच जमिनीत बीज पेरतो आहे, म्हणजे ते हजार पटींनी वाढून मला परत मिळेल,' अशीच आपली समज असायला हवी.

साधनालाच स्रोत समजण्याची आणि त्याच्याकडूनच अपेक्षा करण्याची चूक बहुतांशप्रसंगी माणसाकडून होते. साधनालाच स्रोत न समजता स्रोताकडूनच साधन मागण्याची कला आपण शिकायला हवी.

◆ मनन प्रश्न ◆

सम्राट अकबरांच्या गोष्टीतून आपण काय शिकलात?

_____
_____

प्रार्थनेमध्ये आपण ईश्वराकडून कशाची मागणी करतो? ईश्वराची प्रार्थना करताना कधी ईश्वरालाच मागितलं जाऊ शकतं का?

_____
_____

मदतीची अपेक्षा आपण स्रोताकडून करता, की साधनाकडून? आपण केव्हा-केव्हा साधनालाच स्रोत समजण्याची चूक करता?

_____
_____

ईश्वराकडून आपल्यावर झालेल्या अनंत कृपेबाबत लिहून त्यावर मनन करा.

_____
_____
_____

◆ आजचा संकल्प ◆

ईश्वराला धन्यवाद देऊन सर्वांसाठी प्रार्थना करायची आहे.

❖ अध्याय १४ ❖
सातवी शक्ती-शब्दशक्ती -पॉवर ऑफ वर्ड्स्
शोक न करणारा अशोक

> विज्ञान जेव्हा ब्रह्मांडाचं केंद्र शोधेल, तेव्हा ते ब्रह्मांडाचे केंद्र नाही,
> हे समजून बहुतेक लोक निराश होतील. - बर्नार्ड बेली

पृथ्वी असं गुरूकुल आहे, जिथं मनाला समर्पित होण्याचं प्रशिक्षण देऊन त्याला नवीन, भव्य तेजमहाल बनविण्यासाठी अकंप हात निर्माण करण्याची कला शिकवली जाते. ही कला आत्मसात केल्यानं मन अकंप, प्रेमळ, निर्मळ आणि आज्ञाधारी बनतं. ही कला शिकण्यासाठी पृथ्वीवर खूपसे नातेवाईक दिले जातात. या खेळातून मनाची मलीनता काढून टाकली जाते.

जीवनात बऱ्याचदा आपण म्हणतो, 'जर मी त्याप्रसंगी वेगळ्या पद्धतीनं वागलो असतो, योग्य रीतीने प्रतिसाद दिला असता, तर आज माझं जीवन अधिक चांगलं असतं.' बऱ्याचप्रसंगी आपला स्वतःच्या वागण्यावर ताबा राहत नाही, ध्येयाची आठवण आपल्याला राहत नाही, त्यावेळी हे शब्द आपसूकच बाहेर पडतात.

अज्ञानामुळे माणूस स्वतःला शरीर समजतो. खोट्या अहंकारामध्ये अडकून स्वतःला सर्वांपासून वेगळा आणि श्रेष्ठ समजायला लागतो. कोणाच्याही समोर नमतं घेण्याची त्याची इच्छा नसते. पण ज्याला माहीत असतं, की जोपर्यंत शरीरामध्ये प्राण आहे, तोपर्यंतच त्याची किंमत आहे. ज्याच्या सदैव लक्षात असतं, की तो या पृथ्वीवर पाहुणा आहे, त्याचं वागणं नेहमीच प्रत्येकाशी नम्रतेचं आणि प्रेमपूर्ण असतं. सम्राट अशोकांनादेखील हे माहीत होतं, की जोपर्यंत या शरीरात शिव (जीवन) आहे, तोपर्यंतच या शरीराची किंमत आहे. त्यामुळे सर्वांबरोबर त्यांचं वागणं विनम्रतेचं आणि प्रेमयुक्त होतं.

सम्राट अशोकांनी कलिंग युद्धानंतर बौद्ध धर्माची दीक्षा घेतली. त्याचा प्रचार व प्रसार करण्याचं निश्चित केलं. त्यांचं जीवन धार्मिक बनलं आणि त्यांनी स्वतःचा मुलगा महेंद्र व मुलगी संघमित्रा यांनादेखील धर्मप्रचारासाठी श्रीलंकेला पाठवलं.

सम्राट अशोकाच्या दरबारात ज्यावेळी बौद्ध भिक्षू येत असत, तेव्हा ते नेहमीच अदबीनं झुकून त्यांचं स्वागत करत. इतके मोठे सम्राट असूनसुद्धा अशोक हीन-दीन भिक्षूंपुढं झुकतात, ही बाब राजदरबारातील मंत्र्यांना फार खटकत असे.

एके दिवशी मंत्र्यांनी सम्राट अशोक यांना आग्रह केला, की त्यांनी भिक्षूंपुढे झुकू नये. कारण यामुळे त्यांची प्रतिष्ठा कमी होते. हे ऐकून अशोक हसले व काही वेळानंतर त्यांनी आपल्या मंत्र्यांना सांगितलं, की त्यांनी कुठूनही तीन मृत पशू आणि एका मेलेल्या माणसाचे डोकं घेऊन यावं. मंत्र्यांना या अजब आदेशाचं आश्चर्य वाटलं, पण सम्राटाचा हुकूम ते कसा बरं टाळणार? गुपचुप जाऊन ते मृत पशू आणि मृत मनुष्याचे डोके घेऊन आले. त्यानंतर अशोकाने त्यांना सांगितलं, की बाजारात जाऊन ती चारही डोकी विकून या. किंमत कितीही येऊ द्यात, पण प्रत्येक डोकं मात्र विकलं गेलं पाहिजे.

संध्याकाळी मंत्र्यांनी येऊन सांगितलं, की पशूंची डोकी तर विकली गेली पण माणसाचे डोकं मात्र विकलं गेलं नाही. हे ऐकल्यावर अशोक यांनी कुणाला तरी ते डोकं फुकटात देऊन येण्याचं मंत्र्यांना सांगितलं.

मंत्र्यांनी परत आल्यावर सांगितलं, की कोणीही माणसाचं डोकं फुकटातसुद्धा घ्यायला तयार नाही. यावर स्मितहास्य करत अशोक म्हणाले, 'माणसाच्या मस्तकाचं मूल्य किती आहे, हे आपणा सर्वांना समजलंच असेल. कोणी हे मोफतदेखील घेऊ इच्छित नाही, याचा अर्थ त्याला काहीच किंमत नाही. मग कुणासमोर वाकल्याने किंवा कुणाच्या पाया पडल्यानं या मस्तकाला काय फरक पडतो?' मंत्र्यांना मतितार्थ कळाला. त्यांनी पुन्हा कधीही अशोकाला त्याच्या विनम्रतेबद्दल काहीही विचारले नाही.

खोट्या अहंकारापासून दूर राहून नेहमी विनम्रतेनं वागायला हवं. जनावरांच्या डोक्यांचा उपयोग असल्यानं त्यांना किंमत होती. दुसरीकडे माणसाच्या मस्तकाचा मात्र काहीही उपयोग नव्हता आणि त्याचं मूल्य कवडीसमानही नव्हतं. मग या शरीराबाबत खोटा अहंकार कशासाठी? अशोकाची ही गोष्ट खरी असो किंवा काल्पनिक, यामुळं काहीही फरक पडत नाही. याचा मूळ संदेश पूर्णपणे खरा असल्यानं आपण तो आपल्या जीवनात आचरणात आणला पाहिजे. आपणदेखील विनम्रतेनं जीवन जगायला हवं, कारण आपल्याजवळ असलेलं सर्व काही क्षणभंगुर आहे.

कुठलीही गोष्ट योग्य पद्धतीने समजून घेण्यासाठी जीवन हेच माध्यम आहे. जेव्हा आपण कोणाचंही आत्मचरित्र वाचतो, तेव्हा त्यातून त्याचं जीवनच प्रतीत होतं. ते जीवन सांगतं, की जे शरीर त्यानं धारण केलं होतं, त्याची किंमत काय आहे. हे जीवनच निर्णय करतं, की त्या मानवाचं त्या जन्मातलं ध्येय पूर्ण झालं किंवा नाही?

निसर्गाने मानवाला प्रत्येक गोष्ट दिलीय, पण अजाणतेमुळं (बेहोशीमुळे) तो ही गोष्ट विसरून गेलाय. अज्ञानामुळे तो आजपर्यंत देत असलेली प्रतिक्रियाच पुन्हा देत असल्यानं त्याला जे काही आजपर्यंत मिळालं, तेच पुनःपुन्हा मिळतंय. जर आजपर्यंतचं आपलं वागणं आपल्या बंधनाला कारणीभूत ठरलं असेल, तर पुढंदेखील हे वागणं बंधनाचं कारण ठरेल.

अवाजवी प्रतिक्रिया देऊन आपल्या अहंकाराला खतपाणी घालू नका. माणूस आपला अहंकार वाढवत असल्यानेच त्याच्या हृदयातली सूडाची भावनादेखील वाढीस लागते. कोणाबरोबर एखादी घटना घडल्यास त्याच्या मनात विचार येतात, 'तो मला एकट्याला तर भेटू दे, त्याला मी असं म्हणेन, तसं म्हणेन' वगैरे. समोरच्याला जोपर्यंत कडक उत्तर देत नाही, तोपर्यंत त्याचा अहंकार गप्प बसत नाही. उत्तर दिल्यावरच काही वेळापुरतं का होईना, त्याला समाधान वाटतं. म्हणून आपण आपल्या अहंकाराला कदापि खतपाणी घालू नये. इथे आपल्याला स-शब्द शक्तीचा उपयोग करायचा आहे, ती वाढवायची आहे. या सातव्या शक्तीचा उपयोग सम्राट अशोकानेदेखील केला. सम्राट अशोक खोट्या अहंकारात न अडकता लोकांबरोबर विनम्रतेने वागत. त्यांच्या मंत्र्यांना ही बाब फार खटकत असे. तेव्हा सम्राट अशोक यांनी कशा प्रकारे मंत्र्यांना समजावलं, हे आपण कहाणीद्वारे समजून घेतलंच आहे. तीच आहे स-शब्द शक्ती.

आपण सकाळपासून रात्रीपर्यंत ज्या-ज्या विषयांवर चर्चा करतो, त्यामध्ये आपल्याला शब्दांवर लक्ष द्यायचंय. आपलं लोकांबरोबर होणारं बोलणं किंवा एखाद्या विषयावरची चर्चा नकारात्मक होते, की सकारात्मक- हे नेहमी तपासायला हवं.

माणूस स्वतःच स्वतःला भिंतीत चिणून टाकतो. मनुष्याचा प्रत्येक शब्द एक-एक वीट आणि एक-एक दगडाप्रमाणं आहे. त्यामुळेच मनुष्यानं शब्दांचा उपयोग योग्य पद्धतीने केला पाहिजे. मात्र जिवंत माणूस अजाणतेपणी चुकीच्या शब्दांनी हळूहळू आपली कबर बांधतो. त्याला स्वतःलाच माहीत नसतं, की 'मी

सकाळपासून रात्रीपर्यंत कोणत्या शब्दांची पुनरावृत्ती करतोय?' त्यामुळेच आता शब्दांबाबत सजग व्हा. शब्दशक्ती जादूच्या छडीप्रमाणे आहे. आपण ती कशी फिरवतो, याकडे लक्ष द्या. जर शब्दांचा वापर योग्य प्रकारे झाला, तर जीवनाची प्रत्येक बाजू सुधारू लागलीय, असं आपल्या लक्षात येईल. मग ते आरोग्य असेल, उपजीविका असेल, नातेसंबंध वा इतर काहीही असेल. ही आहे स-शब्दशक्ती.

सांगण्याचं तात्पर्य, सकाळपासून रात्रीपर्यंत आपण कोणत्या विषयावर बोलतोय आणि कोणते शब्द वापरतोय, याबाबत चिंतन करा. यामुळे आपण सजग व्हाल. जर आपल्याकडून चुकीचे शब्द वापरले जात असतील, चुकीचा प्रतिसाद दिला जात असेल, तर तो त्वरित बंद करा. ही प्रतिसादाची पहिली पद्धत आहे.

प्रतिसादाची दुसरी पद्धत आहे, नम्र आणि संयत (सब्र) प्रतिसाद. काही लोक नम्र आणि संयत प्रतिक्रिया देतात. ही पद्धत प्रथमदर्शनी सौम्य, पण त्याचा परिणाम मात्र छाप पाडणारा. दुःखात कधीच अग्र (तीव्र) प्रतिसाद देऊ नका. कारण यामुळे आपलं दुःख वाढतं. दुःखात नेहमी नम्र प्रतिसाद द्यावा. नम्र म्हणजे स्वतः कमीपणा घेणारा प्रतिसाद.

नम्र प्रतिसादामध्ये लवून, थांबून प्रतिसाद दिला जातो. झुकणं याचा अर्थ शरीरानं झुकणं नसून, मनानं झुकणं असा आहे. जीवनात कितीतरी वेळा असे निर्णय घ्यावे लागतात, की काहीही केलं तरी त्रास होईल. म्हणजे असं केलं तरी त्रास होईल, तसं केलं तरी त्रास होईल. अशावेळी आपण नम्र प्रतिसाद द्यायला हवा.

प्रतिसादाची तिसरी आणि मजेदार पद्धत आहे विप्र प्रतिसाद. दुःखात तीव्र प्रतिसाद न देता (त्याच्या) विप्र प्रतिसाद दिला जाऊ शकतो. जसं शरीरात वेदना होतायेत आणि आपण हसतोय, हा झाला विप्र प्रतिसाद.

प्रतिसादाची चौथी पद्धत आहे समग्र व्यवहार (समयानुरूप) किंवा संपूर्ण प्रतिसाद. ज्यावेळी जशा प्रतिसादाची गरज आहे, त्यावेळेस त्याला अनुरूप प्रतिसाद द्यावा. कारण प्रत्येक वेळेस एकाच प्रकारचा प्रतिसाद देणंदेखील योग्य नाही. जिथं अग्र प्रतिसाद द्यायचा असेल, तिथं अग्र, गरजेनुसार नम्र आणि योग्य तिथं सब्र प्रतिसाद द्यायचा असतो. हे आपल्याला जमलं, म्हणजेच आपल्याला चौथी पद्धत वापरणं जमलं. असा प्रतिसाद देण्यासाठी आपल्याला क्रिया करण्यापूर्वी उपलब्ध असणाऱ्या अवधीत जागृत राहावं लागतं.

प्रत्येक माणसाने संयम वाढवण्यासाठी, उतावळेपणावर मात करण्यासाठी प्रयत्न करायला हवेत. आवेग आणि उतावळेपणा या मानवी कमतरता आहेत, तर धीर* आणि साहस ही मानवी कौशल्ये आहेत. प्रत्येक संकटात उत्तेजित न होता धीर आणि साहसानं लोकांसोबत बोलायला हवं.

➡

---

*यावि‍षयी सविस्तर जाणण्यासाठी वाचा, तेजज्ञान ग्लोबल फाउंडेशनद्वारे प्रकाशित पुस्तक 'धीराचे धनवान बना.'

◆ मनन प्रश्न ◆

राजा अशोकाच्या गोष्टीतून आपण काय बोध घ्याल?

_____
_____

आपण प्रत्येकाबरोबर विनम्रतेनं वागता, की खोट्या अहंकारात अडकून तीव्र प्रतिक्रिया देता?

_____
_____

खोट्या अहंकारामध्ये अडकून आतापर्यंत आपलं कोणतं नुकसान झालंय?

_____
_____

आपण सकाळपासून रात्रीपर्यंत, लोकांशी बोलताना कोणते शब्द वापरता यावर मनन करून लिहा.

_____
_____
_____
_____

◆ आजचा संकल्प ◆

आज प्रत्येक घटनेत भक्तियुक्त प्रतिसाद द्यायचा आहे.

❖ अध्याय १५ ❖

गुरूंचे महत्त्व

हिऱ्यांची पारख करणारे गुरू नानक

आपण काय पाहतोय, हे मुख्यतः आपण कोणत्या गोष्टींचा
शोध घेतोय, यावर अवलंबून असतं. - सर जॉन लुबॉक

एकदा एका शिष्यानं गुरू नानकांना गुरूच्या महत्त्वाबाबत विचारलं. नानकांनी उत्तर दिलं, 'शिष्य म्हणून तू जितका चांगला होत जाशील, तसतशी गुरूंच्या महत्त्वाबाबतची तुझी समज अधिकाधिक प्रगल्भ होत जाईल.'

शिष्याला हे उत्तर समजलं नसतानाही त्यानं मान हलवली; परंतु शिष्याला हा मुद्दा समजलेला नाही, हे नानकांना त्याच्या देहबोलीवरून लक्षात आलं. त्यामुळे नानकांनी शिष्याला एक चमकणारा मोठा खडा दिला आणि सांगितलं, की लोकांना याचा भाव विचारायचा, पण हा विकायचा मात्र नाही. नानकांना नक्की काय हवंय, हे शिष्याला समजू

शकलं नाही. हा जर विकायचा नाही, तर मग भाव कशाला विचारायचा? असा प्रश्न त्याच्या मनात डोकावला. मात्र तरीही तो गुपचुप बाहेर पडला. समोरून एक मजूर जात होता. शिष्यानं त्याला त्या खड्याची किंमत विचारली. मजूर म्हणाला, 'आमच्यासाठी तर हा खडा कवडीमोल आहे, कारण आम्ही कष्ट करणारे मजूर आहोत. आम्ही रोज कमावतो आणि खातो. या चमकणाऱ्या खड्याचं आम्ही काय करणार?'

त्यानंतर शिष्यानं एका भाजीवाल्याला विचारलं. भाजीवाला म्हणाला, 'हा दगड आमच्या मुलाला खेळायला होईल. मी याचे दोन आणे देईन.' नंतर शिष्य किराणा दुकानदाराकडं गेला. तो म्हणाला, 'मी याचे दोन रुपये देईन. हा जर दुकानात ठेवला तर ग्राहक आकर्षित होतील.' त्यानंतर शिष्य एका सोनाराकडे गेला. सोनाराने त्याचं निरीक्षण केल्यावर म्हटलं, 'अरे, हा तर हिरा आहे! हा तुला कुठे मिळाला? मी या हिऱ्याचे तुला एक लाख रुपये देईन.'

हे ऐकून शिष्य आश्चर्यचकित झाला. ज्याला तो मामुली खडा समजत होता, प्रत्यक्षात तर तो हिरा होता.

शेवटी शिष्य शहरातील सर्वांत मोठ्या जवाहिऱ्याकडे गेला. जवाहिऱ्यानं त्या खड्याला खूप वेळ निरखून बघितलं आणि म्हणाला, 'हा हिरा इतका अनमोल आहे, की मी याच्या किमतीचं अनुमान लावू शकत नाही. शिवाय याची किंमत तुला देणं माझ्या आवाक्याबाहेरचं आहे. या हिऱ्याच्या बदल्यात तुला हवं तर माझं सर्व काही घे. माझ्या दुकानात जेवढे हिरे, मोती, जवाहीर, सोन्या-चांदीचे दागिने आहेत, ते सगळे मी तुला देतो; कारण मी आजपर्यंत इतका अमूल्य हिरा कधीच पाहिला नाही.'

शिष्य खूप विचार करत-करत गुरू नानकांकडे परत आला. जेव्हा शिष्याने सर्व हकिकत सांगितली, तेव्हा नानक त्याला म्हणाले, 'अगदी हेच गुरूंच्या बाबतीत होते. एखादा मनुष्य मजुराप्रमाणं आपल्या जीवनात गुरूंच्या स्थानाला अजिबात महत्त्व देत नाही. जेव्हा तो थोडी प्रगती करतो, तेव्हा भाजीवाल्याप्रमाणं गुरूंचं महत्त्व थोडं समजू लागतो. थोडी अजून प्रगती करताच किराणावाल्याप्रमाणे त्यांचं महत्त्व अजून थोडं जाणतो. जेव्हा तो मानसिक आणि आध्यात्मिक पद्धतीनं आणखी प्रगती करतो, तेव्हा छोट्या जवाहिऱ्याप्रमाणे त्याच्या जीवनात गुरूंचं महत्त्व वाढतच जातं. नंतर जेव्हा शिष्य सर्वोच्च स्तरावर पोहोचतो, तेव्हा सर्वांत मोठ्या जवाहिऱ्याप्रमाणे तो समजून चुकतो, की प्रत्यक्षात तर गुरू अमूल्य आहेत. आपलं सर्वस्व अर्पण करूनही त्यांच्या कृपेचं मोल चुकविणं केवळ अशक्य!'

हे ऐकताक्षणीच शिष्याचे डोळे उघडले आणि त्याला समजलं, की गुरू अमूल्य असतात. परंतु वेगवेगळ्या प्रकारचे शिष्य, आपली बुद्धी आणि समजुतीच्या जोरावर गुरूंच्या महत्त्वाबाबत कमी-जास्त अनुमान लावत असतात.

प्रत्येक माणूस आपल्या समजेच्या पातळीनुसार आपल्या जीवनात गुरूंच्या स्थानाला कमी-जास्त महत्त्व देतो. हिरा तर तोच होता, परंतु त्याला पारखणारे लोक मात्र आपापलं ज्ञान आणि दृष्टिकोनाच्या आधारावर त्याची किंमत ठरवत होते. याप्रमाणे गुरूला पारखणाऱ्या लोकांचं ज्ञान आणि दृष्टिकोनपण वेगवेगळा असतो.

माणसाच्या मनात जेव्हा 'मी कोण आहे? या पृथ्वीतलावर कशासाठी आलो आहे?' असे प्रश्न उठू लागतात, तेव्हा या प्रश्नांची उत्तरं शोधण्यासाठी तो गुरूंच्या शोधात भटकू लागतो. गुरू भेटतात, तेव्हा त्यांचं मार्गदर्शन घेऊन तो

साधक (सत्यशोधक) बनतो. मग पुढे जाऊन तो शिष्य, भक्त बनतो. जेव्हा त्याचे भक्तात परिवर्तन होतं, तेव्हा त्याला कळतं, की प्रत्यक्षात गुरू अनमोल आहेत.

वेदांनुसार ब्रह्मा, विष्णू, महेश हे अनुक्रमे उत्पत्ती, स्थिती आणि लय यांचे देव आहेत. पण गुरू या सर्वांमध्ये श्रेष्ठ आहेत. ही तीनही रूपं गुरूमध्ये अधिष्ठित असतात. गुरू जन्मदाता, पालनकर्ता आणि संहारकर्ता आहे. गुरू एका वेगळ्या क्रमाने सृष्टी चालवितात. ते प्रथम अहंकाराचा नाश करतात (विनाश), मग तेजज्ञान देऊन नवीन जन्म देतात (उत्पत्ती) आणि शेवटी त्या ज्ञानामध्ये जगायला शिकवतात (स्थिती).

गुरूप्रत पोहोचण्यासाठी अहंकार हा सर्वांत मोठा अडसर आहे. गंमत अशी, की गुरूच या अहंकाराचा नाश करून आपल्या आतील गुरूतत्त्वाला जागवू शकतात.

आपल्याला माहीत आहे, की मुलांना आई असणं आवश्यक आहे, अन्यथा मुलगा तेजप्रेम कसं समजू शकेल? जशी मुलाला आईची गरज असते, तसंच जीवनाचा कूल-मूल उद्देश समजून घेण्यासाठी शिष्याला गुरूंची आवश्यकता असते.

गुरूविना जीवन व्यर्थ आहे, असं नाही. त्याशिवायही जीवनाला अर्थ आहेच. कोट्यवधी लोक असे आहेत, ज्यांच्या जीवनाला अर्थ आहे. ते जे काही निर्माण करत आहेत, त्यांचीही या पृथ्वीवर भूमिका आहे; परंतु गुरूविना जीवन जास्त मौल्यवानदेखील नाही. गुरूशिवाय जीवन अर्थहीन Without Guru life meaningless असे नसून, कमी अर्थपूर्ण (less meaningful) आहे. गुरूशिवाय जीवन जगणारे खूप छोट्याशा गोष्टीत आनंदित होतात. एका इंचाचं जीवनदेखील ते योग्य तऱ्हेनं जगू शकत नाहीत; परंतु ज्यांना आपल्या जीवनाच्या संपूर्ण शक्यता खुलाव्यात, असं वाटतं, त्यांना गुरू मिळणं अतिशय आवश्यक आहे.

ज्यांच्या उपस्थितीत आपलं मन शांत होऊ लागेल, मनाचं भटकणं कमी होईल तेच आपले गुरू. ज्यांना पाहून आपल्याला स्वरूपाची आठवण होईल, मायेच्या बंधनातून जो आपलं रक्षण करेल, आपल्या मनातून मृत्यूची भीती काढून टाकेल, आपल्या सगळ्या चुकीच्या समजुतींना जो छेद देईल, तेच आपले खरे गुरू आहेत.

गुरू असा दरवाजा आहे, ज्याच्यामधून गेल्यावर आपण सत्यापर्यंत पोहोचतो. म्हणूनच 'गुरूद्वारा' हा शब्द निर्माण झाला. म्हणजेच असं अमूल्य ज्ञान जे गुरूंच्या द्वारा मिळतं. माणूस आणि ईश्वर तसेच अंतस्थ आणि बहिस्थ जगामध्ये गुरू पुलासारखं काम करतात. बाहेरील जगात सुख-शांतीनं राहण्यासाठी सर्वांना चांगल्या सरकारची अपेक्षा असते, जेणेकरून ते सुखेनैव जगू शकतील. अगदी तसंच आंतरिक जगतातदेखील प्रेम, आनंद आणि शांतीत राहण्यासाठी तिथंसुद्धा मजबूत सरकार हवं. राजा चांगला असेल तर राज्यात खुशाली असते, म्हणून जीवनात गुरूंचे अनुशासन (राज्य) असणं आवश्यक आहे.

शिकवला जाणारा अभ्यासक्रम पुस्तकात दिलेला असतोच, तरीही विद्यार्थी शाळा व कॉलेजमध्ये जातो. त्याप्रमाणं ज्ञान प्राप्त करून घेण्यासाठी गुरूपाशी जाणं लाभदायक आहे. **जीवनात मोठं व्हायचं असेल तर कोणत्यातरी महान तत्त्वाला समर्पित होऊन बघावं, मूर्खांच्या संगतीत आपण किती दिवस हुशार म्हणून राहू शकतो?** खऱ्या गुरूसमान कोणीही आपला नाही, कोणीही शुभचिंतक नाही. तेजनातेवाईक (गुरू) आपल्या प्रत्येक मार्गातील मोहाला कृपेच्या तलवारीनं छाटतात. म्हणून गुरूउपदेश आकाशवाणी समजून आचरणात आणावा. आपल्या मनात जर संशय असेल, तर गुरू आपली (मानसिक) तयारी होईपर्यंत पुढील गोष्टी (परमसत्य) सांगणार नाहीत. गुरू आपल्याला आपले तुलनात्मक मन (तुलना करणारे मन) मागत असतात, आपले दुःख आणि अज्ञान हिरावून घेतात. त्यामुळेच आपण सत्याच्या मार्गावर प्रगती करू शकतो.

माणसात जरी सत्यप्राप्तीची तृष्णा जागृत झाली आणि प्रार्थना स्फुरली, तरी योग्य दिशा दाखविणारे सद्गुरू जोपर्यंत भेटत नाहीत, तोपर्यंत त्याची सत्याची यात्रा पुढे जाऊ शकत नाही. सत्याच्या मार्गावर जाणाऱ्या साधकाला, कोणत्या प्रकारचं मार्गदर्शन किंवा कर्मकांड प्रेरित करू शकेल, हे केवळ पारखीच जाणतात.

गुरूला कसं ओळखावं? या प्रश्नाचं उत्तर अगदी साधं व सरळ आहे. ज्या स्थानावर आपले विचार समाप्त होतील, जिथं आपल्याला शून्यतेचा अनुभव येईल, ज्यांच्या उपस्थितीत आपण न-मनाची (No mind) अवस्था अनुभवू शकाल, ज्यांच्या सान्निध्यात बसल्यावर आपल्या जीवनात परिवर्तन होऊ लागेल, जिथं आपल्याला तेजप्रेमाची झलक अनुभवायला मिळेल, ज्यांच्या सान्निध्यात आपण परम-मौनाच्या अनुभवात जाल, ज्या जागेवर आपण कपटमुक्त व्हाल, तेच आपले 'अंतिम गुरू' आहेत, असं समजा.

अशा तऱ्हेने सत्यासाठी आसुसलेल्या शिष्याला जेव्हा गुरू भेटतात, तेव्हा तो आपले ध्येय गाठतोच.

◆ मनन प्रश्न ◆

गुरू नानकांच्या गोष्टीतून आपण काय बोध घ्याल?

_____

_____

गुरूंची आवश्यकता का आणि कधी असते?

_____

_____

आपल्या जीवनात जर गुरूंचं आगमन झालं असेल, तर त्यांच्यामुळे आपल्यावर काय परिणाम होतोय, हे मनन करून लिहा.

_____

_____

गुरूंशिवाय आपलं जीवन कसं झालं असतं, हे मनन करून लिहा.

_____

_____

_____

◆ आजचा संकल्प ◆

आज गुरूकृपा धारण करण्यासाठी ग्रहणशील व्हायचं आहे.

❖ अध्याय १६ ❖
आठवी शक्ती - दिशायुक्त कल्पनाशक्ती
शिष्याची दूरदृष्टी

बुद्धिबळाच्या खेळाप्रमाणे जीवनातदेखील दूरदृष्टीचाच विजय होतो.
- चार्ल्स बक्स्टन

संधी नेहमी मागच्या दारानं प्रवेश करते. पण कित्येकदा आपण ती पाहू शकत नाही. संधी निघून गेल्यावर तिची पाठ तेवढी आपल्याला बघायला मिळते. जर संधी हस्तगत करायची असेल, तर ती ओळखायला शिका. संधी मिळताच तिला पुढच्या बाजूनं पकडा, कारण संधीलासुद्धा काळाप्रमाणं पुढं केस असतात व पाठीमागील बाजूनं ती केशहीन असते. निघून गेलेली संधी आणि निसटून गेलेला क्षण परत येत नाही. योग्य वेळी संधी पकडण्यासाठी कायम सतर्क राहा.

नवीन लोक, परिस्थिती आणि संधी आपल्या जीवनाचे दरवाजे नेहमीच ठोठावत असतात. आपण जुनीच टकटक ओळखत असल्यानं लवकर दरवाजा उघडतो, पण नवीन आवाजाकडं लवकर लक्ष देत नाही. नवीन संधी कितीही अपरिचित वाटली, तरी कालांतरानं ती आपल्यासाठी नवीन दरवाजे उघडू शकते.

सर्वप्रथम आपल्याला संधी ओळखता आली पाहिजे. म्हणून आपल्याला संधी म्हणजे काय? ती कशी येते? हे माहीत असायला हवं.

आपण संधी ओळखून ती वेळीच साधली, तर नंतर आपल्यावर पश्चात्ताप करण्याची वेळ येणार नाही. शिवाय आपल्याला हवं असलेलं फळदेखील प्राप्त होईल. जसं, ज्ञान प्राप्त करण्यासाठी गेलेल्या एका शिष्याने मिळालेल्या संधीला ताडून आठवी शक्ती म्हणजेच दिशायुक्त कल्पनाशक्तीचा उपयोग करून सत्य प्राप्त करून घेतलं.

खूप जुनी गोष्ट आहे. एकदा आश्रमात तीन शिष्यांचं शिक्षण पूर्ण झालं. जेव्हा दीक्षा देण्याची वेळ आली, तेव्हा गुरूजींनी दीक्षा देण्यापूर्वी त्यांची परीक्षा घेण्याचं ठरवलं. गुरूजींनी आपल्या तीनही शिष्यांना एक-एक मूठ हरभरे दिले आणि सांगितलं, 'तुम्ही तिघेही आता आपापल्या घरी जा आणि सहा महिन्यांनी हे हरभरे घेऊन परत या. त्यावेळी मी दीक्षा देईन.'

तीनही शिष्यांना आश्चर्य वाटले. त्यांच्या लक्षात येत नव्हतं, की गुरूजींनी ही विचित्र अट का घातलीय? दीक्षा देण्यासाठी पाच मिनिटांचा तर वेळ लागतो. मग या कामासाठी ते सहा महिन्यांची का वाट बघायला लावताहेत?

तरीही, तीनही शिष्य हरभरे घेऊन आपापल्या घरी गेले. घरी पोहोचल्यावर पहिल्या शिष्याने गुरूआज्ञेचं तंतोतंत पालन केलं आणि त्या हरभऱ्याची पुरचुंडी करून ती भिंतीतल्या फडताळात ठेवून दिली. सहा महिन्यांनंतर पुरचुंडी घेऊन जाऊन दीक्षा घेता येईल, हा त्यामागं उद्देश होता. दुसऱ्या दिवशी सकाळी शिष्याला जाग येताच त्यानं बघितले, की उंदरांनी रात्रीच ते हरभरे फस्त केले होते.

घरी पोहोचल्यावर दुसऱ्या शिष्यानंदेखील गुरूआज्ञेचं पूर्ण पालन केलं, परंतु तो सतर्क असल्याने त्याने ते डब्यामध्ये ठेवले.

सहा महिन्यांनंतर तीनही शिष्य पुन्हा एकदा गुरूजींकडून दीक्षा घेण्यासाठी गेले. गुरूजींनी पहिल्या शिष्याला विचारलं, 'हरभरे कुठे आहेत?' तो म्हणाला, 'गुरूजी, तुम्ही दिलेले हरभरे मी फडताळात ठेवले होते, पण पहिल्याच दिवशी ते उंदरांनी खाल्ले.'

त्यानंतर तोच प्रश्न गुरूजींनी दुसऱ्या शिष्याला विचारला. त्यानं ताबडतोब डब्यातून हरभरे काढून त्यांना दिले.

मग गुरूजींनी तिसऱ्या शिष्यालाही तोच प्रश्न केला. तिसऱ्या शिष्यानं गुरूजींपुढं हरभऱ्यांचं पोतंच ठेवलं. हे पाहून गुरूजींनी आश्चर्यचकित होऊन विचारलं, 'मी तर तुला मूठभर हरभरे दिले होते, हे पोतंभर कुठून आले?' तेव्हा त्यानं उत्तर दिलं, 'गुरूजी, क्षमा करा. मी विचार केला, की हे हरभरे सहा महिन्यांनीच न्यायचे आहेत, तर मग यांना शेतात पेरून अनेकपट का करू नये? आपण दिलेले हरभरे मी पेरले आणि त्यातून हे पोतंभर पीक तयार झालं. मला माहीत नाही, तुम्हाला हे आवडेल किंवा नाही; पण मला मात्र हा विचार सर्वांत चांगला वाटला, म्हणून मी तो अंमलात आणला.'

भावविभोर होऊन गुरूजींनी तिसऱ्या शिष्याची पाठ थोपटली आणि दीक्षा देण्यासाठी त्यालाच निवडलं, कारण त्या तिघांमध्ये तो एकटाच भविष्यात दडलेल्या संधी बघू शकत होता, शक्यता प्रत्यक्षात आणण्याची पात्रता बाळगून होता.

जो माणूस संधी ओळखतो, तो तिचा फायदा करून घेतो. शिवाय दूरदृष्टीबरोबर योग्य दिशेनं असणाऱ्या कल्पनाशक्तीचा उपयोग करून ते अंमलातदेखील आणतो. दिशायुक्त कल्पनाशक्ती म्हणजे भविष्यात घडणाऱ्या घटनेला आपण आजच बघायचंय. उदाहरणार्थ- आपल्या शरीराला त्रास होण्याचे संकेत मिळायला लागले, शरीराला वेदना होऊ लागल्या, तर आपण दिशायुक्त

कल्पनाशक्तीनं समजून घ्यायचं, की आता शरीराचं वय वाढल्यानं अशा तऱ्हेचे त्रास वाढू शकतात. हा त्रास वाढून नेहमीसाठी त्रासदायक ठरू नये, म्हणून मग तुम्ही लगेचच व्यायाम सुरू करता.

जगात फार थोडे लोक दिशायुक्त कल्पनाशक्तीचा उपयोग करू शकतात. आपल्यालाही दिशा नक्की करून कल्पनेचा उपयोग करायचा आहे. आजपर्यंत आपण असं ऐकलंय, की कल्पनेमुळं माणूस शेखचिल्लीसारखा आपलंच नुकसान करून घेतो, कारण त्याच्या विचारांची दिशा योग्य नसते. दिशा म्हणजे आपण जी कल्पना करत आहोत, तिचा उद्देश आपल्याला माहीत असायला हवा. रचनात्मकता (सृजन) म्हणजे काही नवीन निर्माण करण्यासाठी आपण या कल्पनेचा उपयोग करायला हवा. हाच याचा उद्देश आहे. गोष्टीत सांगितलेल्या तिसऱ्या शिष्याप्रमाणं आपणदेखील प्रत्येक संधीला दूरदृष्टीबरोबर दिशायुक्त कल्पनाशक्तीचा उपयोग करून ओळखू या आणि त्याचा योग्य फायदा घेऊ या.

दूरदृष्टी किंवा दिशायुक्त कल्पनाशक्तीमुळे, दहा किंवा वीस वर्षांनी असं होईल, म्हणून आपल्याला व्याकुळ व्हायचं नाही. हे काळजी करण्यासाठी नसून, शहाणपणासाठीच आहे. दूरदृष्टी म्हणजे दिशायुक्त कल्पनाशक्तीनं हे जाणून घेतलं पाहिजे, की सध्या आपण जे करत आहोत, त्यात कोणते बदल घडवायला हवेत. दूरदृष्टीमुळे जे पूर्वसंकेत मिळतील, त्यावर आपल्या कामामध्ये बदल घडवून आणायचाय. वर्तमानात जे काम आपण करतोय, ते उत्तम करायचं आहे. दूरदृष्टी प्राप्त होताच वर्तमान उत्कृष्ट होतो. आपला वर्तमान उत्कृष्ट असेल, तर आपला भविष्यकाळ उत्कृष्टच होणार, यात शंकाच नाही.

◆ मनन प्रश्न ◆

गुरू-शिष्याच्या गोष्टीतून आपण काय बोध घ्याल?
_____
_____

आपलं पृथ्वीतलावरचं ध्येय पूर्ण करण्यासाठी आपण मिळालेल्या संधीचा कशा प्रकारे फायदा उठवता?
_____
_____

आपण विचारांना योग्य दिशा देऊ शकता का? उत्तर 'हो' असेल तर कशी?
_____
_____

आपल्या जीवनाला अधिक चांगलं करण्यासाठी आपण दिशायुक्त कल्पनाशक्तीचा उपयोग कशा प्रकारे करणार आहात?
_____
_____
_____

◆ आजचा संकल्प ◆
आज दिवसभर मिळणाऱ्या संधी ओळखून
दूरदृष्टीने त्यावर काम करायचे आहे.

❖ अध्याय १७ ❖

शिकण्याची कला अवगत करा

ज्ञान आत्मसात करणारा युधिष्ठिर

जो माणूस ज्ञान संपादन करतो, पण त्याचा उपयोग करत नाही,
तो अशा शेतकऱ्यासारखा आहे, जो शेताची नांगरणी तर करतो,
पण बीजारोपणच करत नाही. - अज्ञात

गुरू आणि शिक्षक दोघेही सुरुवात तर शब्दांनीच करतात, पण दोघांचं ध्येय वेगळं असतं. शिक्षक केवळ शब्दांच्या साहाय्याने मार्गदर्शन करतात, त्यामुळे शेवटी केवळ शब्दच शिल्लक राहतात, ज्याला म्हणतात शब्दांचं ज्ञान. परंतु गुरूंचे शब्द आपल्याला निःशब्द अवस्थेकडे, तेजमौनाकडे घेऊन जातात, ज्यामध्ये आपण स्वस्वरूपाची जाणीव अनुभवू शकतो.

खूपसे शिक्षक असे असतात, की जे शब्दांद्वारे 'आध्यात्मिक ज्ञान' देतात. ते आपल्याला शास्त्र वाचून ऐकवतात. ते गीता, दासबोध, ज्ञानेश्वरी, बायबल किंवा धम्मपदामधून एखादं सूत्र घेऊन त्याचं निरूपण करतात; परंतु गुरू आपल्याला परम अनुभवाकडं घेऊन जातात. असं होऊ शकतं, की गुरूदेखील शब्दांनीच

सुरुवात करतील, परंतु ते आपल्याला शब्दांच्या पलीकडे निःशब्द मौन अवस्थेकडे घेऊन जातील. ते आपल्याला आपल्या परम अनुभवात स्थिर करण्याचा प्रयत्न करतील, जो केवळ शब्दांत नाही तर शब्दातीत अनुभव आहे.

जेव्हा शिष्य प्रत्यक्ष बघतो, की कोणीतरी त्या अनुभवात स्थापित आहे, तेव्हा त्याच्यातदेखील विश्वास निर्माण होऊ लागतो, म्हणून गुरूंची उपस्थिती अतिशय महत्त्वपूर्ण आहे. त्यांच्या उपस्थितीमुळे शिष्यामधील शक्यतांची द्वारं खुलतात आणि तोसुद्धा आपल्या गुरूंप्रमाणेच 'स्व'च्या अस्तित्वात स्थापित होऊ लागतो.

गुरू ज्या पद्धतीनं आपल्याला धारणांमधून मुक्त करतील, ती आपल्या शरीरमनाच्या स्वभावावर आधारित असेल. गुरूंवर आपला विश्वास आणि श्रद्धा किती आहे, हेदेखील बघितलं जाईल. मान्यतांची मुळं आपल्या आत किती खोलवर रूजलेली आहेत? याचीसुद्धा पारख केली जाईल. अंतिम सत्यमार्गावर चालताना गुरू आपल्याला जाणूनबुजून त्रास देत आहेत, असंदेखील वाटू शकतं; परंतु गुरूंचं अंतिम ध्येय, आपल्याला प्रत्येक बंधनातून, वाईट सवयी, वृत्ती यांमधून मुक्त करणं हेच असतं. म्हणून गुरू आपल्याकडून शंभर टक्के विश्वासाची अपेक्षा करतात. अन्यथा, अविश्वासाने उच्चतम ज्ञानाचा आपल्याला काहीही लाभ होणार नाही. आपल्याला ज्ञान देणं किंवा न देणं एकसमान होईल. म्हणून असं म्हणतात, की गुरूंना आपले दोष सांगून त्यांचं निराकरण करण्याचा मार्ग समजून घेणं, हा भित्रेपणा नसून ऋजुता किंवा कपटमुक्तपणा आहे.

एक पक्षी पिंजऱ्यामध्ये वर्षानुवर्षे बंदिस्त आहे. कोणीतरी त्याला बाहेर काढण्यासाठी पिंजऱ्याचे दरवाजे उघडतो. तरीदेखील पक्षी पिंजऱ्याला धरूनच राहतो, मुळीच बाहेर येत नाही. मग एखादा त्याला पिंजऱ्यातून बाहेर काढतो, तेव्हा तो बाहेरील गजांना पकडून ठेवतो. अशा वेळी कोणीतरी त्याला पिंजऱ्याच्या गजांपासून दूर करून शेवटचा धक्का देण्याची गरज असते. म्हणजे तो आपले पंख पसरून खुल्या आकाशात स्वैरपणे भरारी मारू शकेल.

अशा तऱ्हेनं जर कोणी शिष्य ज्ञानातील शब्दांत अडकून जाऊन, त्या शब्दांच्या पलीकडं असलेल्या तेजसत्याला बघू शकत नसेल किंवा गुरूंचं सांगणं फक्त शब्दांनीच समजून घेऊन प्रत्यक्ष अनुभवापासून मैलभर लांबच राहत असेल, तेव्हा गुरू हे सर्व निरखतील, पारखतील आणि त्यासाठी आवश्यक तो 'शेवटचा धक्का' देतील. आपले शब्द फक्त कुल्फीच्या दांडीचेच काम करतील, हेही गुरू बघतात. जसं आपण कुल्फी खाऊन दांडी फेकून देतो, तिला सांभाळून ठेवत नाही तसं. एखादा शिष्य ज्ञानामुळे अहंकारी होतो आणि 'मला सर्व समजलंय, मला आता यापुढे गुरूपदेश ऐकण्याची गरज नाही' असंही म्हणतो. तो पुढील गोष्टी ऐकण्यासाठी तयार होत नाही आणि अज्ञानामुळं आपलं नुकसान करून घेतो. अशा तऱ्हेनं तो आपल्या मनाला गुरू बनवतो आणि परत मनाच्या जाळ्यांत अडकतो. त्याच्या चुकीच्या सवयी, वृत्ती पुन्हा डोके वर काढू लागतात.

काम, क्रोध, लोभ, मोह आणि अहंकार या विकारांमुळेच मनाचं अस्तित्व आहे; किंबहुना असंही म्हणता येईल, की या पाच विकारांचं कारण मनाचं अस्तित्व हेच आहे. या विकारांमुळंच शिष्य आध्यात्मिक मार्गावर प्रगती करू शकत नाही. हे विकार मनात असल्यामुळेच तो आपल्या अंतर्यामी शोध घेऊ शकत नाही आणि 'स्व'पासून दूर जातो. त्याला हे समजत नाही, की फक्त बुद्धीनं परमज्ञान समजणं पुरेसं नाही. गुरूज्ञानाला आपल्या जीवनात उतरवून त्यानुसार जीवन जगणं आवश्यक आहे. पुढे जाऊन त्या ज्ञानात, सत्यामध्ये स्थिर होणंच शिष्याचं ध्येय असलं पाहिजे.

गुरूआज्ञेचं पालन करताना पाच पांडवांमधील सर्वांत मोठा पांडव युधिष्ठिरानंदेखील हेच ध्येय ठेवलं होतं.

ही घटना तेव्हाची आहे, ज्यावेळी राजकुमार पांडव शिक्षण घेत होते. गुरूंनी त्यांना एक धडा शिकवला 'क्रोध करू नका.' दुसऱ्या दिवशी गुरूंनी त्या सर्वांना विचारलं, 'तुम्हाला धडा आठवला का?' सगळ्या पांडवांनी 'हो' म्हणून उत्तर दिलं, फक्त युधिष्ठिर गप्प राहिला.

पांडवांमध्ये सर्वांत मोठा असूनसुद्धा तो इतका छोटासा धडा आठवू शकला नाही, असे म्हणत गुरूंनी युधिष्ठिराच्या या वागण्यावर टीका केली. त्यांनी युधिष्ठिराला अजून एका दिवसाचा अवधी देऊन सांगितलं, की उद्या धडा जरूर पाठ करून ये.

दुसऱ्या दिवशी गुरूंनी युधिष्ठिराला विचारलं, 'तुला धडा आठवला का?' पुन्हा एकदा युधिष्ठिर गप्प उभा राहिला. हे पाहून गुरूजी रागावले आणि किती मंदबुद्धी राजकुमार आहे, असं त्यांच्या मनात आलं. हा इतका छोटासा धडापण आठवू शकत नाही. त्यांनी युधिष्ठिराला एक थप्पड मारली. तरीही युधिष्ठिर निर्विकारपणे उभा राहिला. हे पाहून गुरूंचा राग अजूनच वाढला. त्यांनी युधिष्ठिराला अजून एक थप्पड लगावली. तेव्हा युधिष्ठिर म्हणाला, 'हो गुरूदेव, आता मला धडा आठवला.' गुरूजींनी विचारलं, 'आतापर्यंत तर तुला धडा आठवत नव्हता, मग मार खाल्ल्यानंतर अचानक कसा आठवला?' युधिष्ठिरानं उत्तर दिलं, 'गुरूजी, मी हे पाहत होतो, की मला राग येतो की नाही? नुसती घोकंपट्टी करून धडा लक्षात राहत नाही. मी तर हे जीवनात उतरवायला बघत होतो. आपण मारल्यानंतरदेखील मला राग आला नाही, तेव्हा मला समजलं, की मला धडा खरोखरच पाठ झाला.' हे ऐकून गुरू भाव-विवश झाले. त्यांना समजून चुकलं, की इतर पांडवांनी धड्याची केवळ घोकंपट्टी केली होती. फक्त युधिष्ठिर तो प्रत्यक्षात शिकला होता.

नुसत्या तत्त्वज्ञानाला काही किंमत नाही, ते ज्ञान आपण आपल्या जीवनात किती उतरवू शकतो, हे महत्त्वाचं आहे. बोलणं आणि वागणं यातील फरक हेच सध्याच्या जगातील जास्तीतजास्त समस्यांचं मूळ आहे. जर आपण सत्याच्या मार्गावर मार्गक्रमण करून ज्ञानानुरूप आचरण करू शकलो, तर आपण खरोखर याचं उदाहरण ठरू शकू.

जो सद्गुरूंच्या प्रांतात राहतो, म्हणजे सदैव सद्गुरूंच्या आज्ञेत आपलं जीवन व्यतीत करतो आणि त्यांच्या आदेशांचं पालन करतो, त्याचं कावळ्यातून हंसात रूपांतरण होते. म्हणजेच त्याच्या अज्ञानाचा नाश होऊन त्याच्यात ज्ञानाचा उदय होतो. असा शिष्य समस्त दुर्गुणांतून मुक्त होऊन यशस्वीतेचं शिखर गाठू शकतो.

⇨

◆ मनन प्रश्न ◆

या गोष्टीतून आपण काय शिकलात?

_____

_____

गुरूंकडून मिळालेलं ज्ञान आपण किती प्रमाणात आत्मसात केलंय?

_____

_____

आपण आपले दोष गुरूंना सांगून ते दूर करण्याचा प्रयत्न करता का? आतापर्यंत आपण यात किती प्रमाणात यशस्वी झाला आहात?

_____

_____

आजदेखील आपण ज्ञानाच्या शब्दांत किती अडकून पडता?

_____

_____

_____

◆ आजचा संकल्प ◆

आज अजिबात रागवायचे नाही.

❖ अध्याय १८ ❖
नववी शक्ती - पॉवर ऑफ मंथन
आदि शंकराचार्यांची ज्ञानलालसा

आपण किती जगलो यामुळे काहीही फरक पडत नाही, तर कसे जगलो यामुळे निश्चितच फरक पडतो. - पब्लिलियस साइरस

कोणतीही गोष्ट मिळवण्यासाठी जेव्हा माणसाच्या हृदयातून आर्त प्रार्थना उमटते, तेव्हा ती त्याला मिळतेच. माणूस मोहमायेसाठी खूप प्रार्थना करतो. त्याला त्या गोष्टी मिळतातदेखील, तरीही त्याच्या जीवनात काहीतरी कमतरता जाणवते, त्याला रितेपण वाटू लागतं. तेव्हा त्याच्या मनात काही प्रश्न उपस्थित होतात. जसं, 'मी हे करण्यासाठीच पृथ्वीवर जन्म घेतला, की माझे ध्येय काही वेगळे आहे? माझ्या सगळ्या प्रार्थना फलित होताहेत, तरीही अंतर्यामी रितेपण का आहे? माझा उद्देश काय आहे?' इत्यादी. या प्रश्नांची उत्तरं मिळविण्यासाठी तो तळमळू लागतो. त्याच्या हृदयातून ज्ञानप्राप्तीसाठी प्रार्थना उत्पन्न होऊ लागते.

जेव्हा एखादा म्हणेल, 'मला अंतिम सत्य हवं, ज्या कारणासाठी मी या पृथ्वीतलावर आलो आहे, ते सत्य हवं.' तर ही सर्वांत मोठी प्रार्थना आहे. हीच मागणी आदि शंकराचार्यांनीदेखील केली होती.

आदि शंकराचार्य भारतातील महान तत्त्वज्ञानी, संत होते; ज्यांनी अद्वैत सिद्धान्ताचं प्रतिपादन केलं आणि हिंदू धर्माच्या चारही मठांची स्थापना केली. केवळ तेहतीस वर्षांच्या आयुष्यातच त्यांनी इतकं काही करून दाखवलं, जे बहुतेक लोक शंभर वर्षांच्या आयुष्यातदेखील करू शकणार नाहीत.

लहानपणापासूनच आदि-शंकराचार्यांना अध्यात्माची अतिशय आवड होती. सात वर्षांचे असतानाच त्यांनी संन्यास घेण्याची परवानगी मिळावी, यासाठी आईजवळ हट्ट केला होता. जरा विचार करा, सातव्या वर्षी बहुतेक मुले आपल्या आईकडे खेळणी, कपडे किंवा पक्वान्नांचा हट्ट करतात; परंतु शंकराचार्य अनोखे बालक होते. ईश्वरानं त्यांना एका विशेष उद्दिष्टपूर्तीसाठी पृथ्वीवर पाठवलं होतं. त्यांनी जेव्हा संन्यास घेण्यासाठी हट्ट केला, तेव्हा आईने त्यांना मनाई केली. त्यांनी सांगितलं, की 'तुझ्या वडिलांचं तर निधन झालेलं आहे आणि तूही निघून गेलास तर माझं काय होईल?' आदि शंकराचार्यांना आईची वेदना समजली आणि त्यांनी थांबण्याचं ठरवलं, परंतु आपली तपस्या मात्र सुरूच ठेवली.

एके दिवशी शंकर आपल्या आईबरोबर नदीवर स्नान करण्यासाठी गेले, तर एका मगरीने त्यांचा पाय पकडला. शंकराने ओरडून आईला सांगितलं, 'आई, ही मगर आता मला गिळणार आहे. या शेवटच्या क्षणी तरी तू मला संन्यास घेण्याची परवानगी दे, म्हणजे माझी इच्छा पूर्ण होईल.' आता मुलाचा मृत्यू होणारच आहे, तेव्हा नाईलाजानं त्या

माऊलीने संन्यास घेण्यासाठी परवानगी दिली. यानंतर शंकराने ईश्वराची प्रार्थना केली, की त्याला मगरीच्या पकडीतून सोडवावं. ईश्वरानं त्याची प्रार्थना ऐकली आणि आश्चर्यकारकरित्या मगरीने शंकराचा पाय सोडला.

नंतर शंकर आपल्या आईला म्हणाला, 'आई, तू मला संन्यास घेण्याची परवानगी दिल्यानं ईश्वरानं माझा जीव वाचवलाय. त्यामुळे आता मी घर सोडून चाललोय.' शंकराचे बोलणे ऐकून आई रडत-रडत म्हणाली, 'तूच निघून गेलास तर माझ्या चितेला अग्नी कोण देणार?' आईच्या या प्रश्नावर शंकराने आईच्या मृत्युसमयी परत येण्याचं वचन दिलं.

वयाच्या अवघ्या सातव्या वर्षी संन्यासदीक्षा घेणारे शंकराचार्य अकराव्या वर्षीच उपनिषदांवर भाष्य लिहू लागले होते आणि त्यांनी परमज्ञान प्राप्त करून घेतलं होतं. तेहतीस वर्षांच्या आयुष्यात त्यांनी सगळ्या महान धर्मग्रंथांवर भाष्य लिहिलं होतं, संपूर्ण देशाचा प्रवास केला होता आणि सर्व मोठ्या तत्त्वज्ञानी, पुजाऱ्यांना वादविवादात पराभूत केलं होतं. या जगातलं आपलं कार्य पूर्ण केल्यानंतर कमी वयातच शंकराचार्यांचा देहांत झाला.

मनुष्याला ज्या गोष्टीची तीव्र इच्छा असते, ती त्याला प्राप्त होतेच. आदि शंकराचार्य यांना संन्यासी बनण्याची तीव्र इच्छा होती आणि ती पूर्ण होण्यासाठीच त्यांना कारण मिळालं. मगरीची गोष्ट खरी असेल किंवा काल्पनिक, हे तर नक्की, की ते मायारूपी मगरीच्या तावडीतून सुटले होते आणि त्यांनी या धरतीवर आल्याचा आपला उद्देश पूर्ण करण्याचा संकल्प सिद्धीस नेला. यावरून हेच सिद्ध होतं, की माणसाच्या वयाचा आणि त्याच्या ज्ञानाचा काडीमात्र संबंध नसतो.

आपले कुल-मूल (मूळ ध्येय) लक्ष्य प्राप्त करून घेण्यासाठी माणूस या पृथ्वीतलावर आला आहे. परंतु प्रत्येक माणूस वेगवेगळे लक्ष्य मानून बसलेला आहे. 'मला मुलांना वाढवायचे आहे' असं कोणाचं लक्ष्य आहे; तर कोणी

समजतो, 'आरोग्य चांगले ठेवलं पाहिजं. नातेसंबंध चांगले असावेत, भांडण नसावं, घर चालविण्यासाठी पैसे असले पाहिजेत.' या सर्वांचं महत्त्व जरी असलं तरी एक गोष्ट ध्यानात ठेवायला हवी, यातलं कोणतंही लक्ष्य कुल-मूल लक्ष्य नक्कीच नाही.

माणूस सकाळपासून रात्रीपर्यंत दैनंदिन जीवनातल्या अडचणी सोडवण्यासाठी झटत असतो. त्याच्या हे कधी लक्षातही येत नाही, की तो या पृथ्वीवर कशासाठी आलाय? म्हणून त्यानं पॉवर ऑफ मंथनचा उपयोग करून आपली गीता समजून घ्यायला हवी.

पॉवर ऑफ मंथन म्हणजे मंथनाची शक्ती. ही नववी शक्ती आहे. मंथन याचा अर्थ काय आहे? आपण ज्यावेळी दही घुसळतो, तेव्हा त्यातून लोणी निघतं. म्हणजे लोणी सुप्तरूपात असतं आणि घुसळल्याशिवाय ते बाहेर येत नाही. या लोण्यातूनच तूप (घी) मिळतं. शुद्ध तूप म्हणजे अर्क, खरी गीता (घीता).

प्रत्यक्षात मनन करता-करता मंथन सुरू होतं आणि मंथन करता-करता खरं सत्य प्रकट होतं. सत्य प्रकट होताच, आपल्याकडून खऱ्या आनंदाची अभिव्यक्ती आपोआप व्हायला लागते. कारण ती तर आपल्याजवळच होती, पण आपल्याला दिसत नव्हती एवढंच. जेव्हा आपण मंथन करतो, तेव्हा ती अचानक प्रकट होते. सत्य प्रकट झालं, की माणसाकडून सत्याची अभिव्यक्ती व्हायला लागते आणि मानवी जीवनाचं ध्येय पूर्ण होतं.

मानवी जीवनाचं लक्ष्य आहे सर्वार्थाने विकासित होणं, खुलणं, बहरणं आणि स्वतःमधील सर्व शक्यतांचा विकास करणं. हेच सर्वांचं पृथ्वी लक्ष्य आहे.

पृथ्वी लक्ष्य प्राप्त करण्यासाठी आपल्याजवळ अशी कोणती प्रणाली आहे, जिचा उपयोग करून आपण ते लवकरात लवकर प्राप्त कराल, याचा विचार करा. हे लक्ष्य स्पष्ट होताच आ सर्वांसोबत योग्य व्यवहार कराल. मग हे लक्ष्य प्राप्त करण्यासाठी पृथ्वीतलावर मिळणारी कोणतीही संधी आपण दवडणार नाही.

विश्वास ठेवा, प्रत्येक माणसात त्याच क्षमता आहेत, ज्या अवतारी पुरुषांमध्ये असतात. अवतारांकडून जे महान कार्य झाले आहे, ते आपणदेखील करू शकता. म्हणून ही गोष्ट आपल्या आवाक्यातली नाही, अशी सबब सांगू नका. आवश्यकता आहे ती फक्त, सर्वांत मोठी मागणी, म्हणजे प्रार्थना करण्याची!

⇨

◆ मनन प्रश्न ◆

आदि शंकराचार्यांच्या कहाणीतून आपण कोणता बोध घ्याल?

_____
_____

आपण ईश्वरप्राप्तीसाठी आसुसलेले आहात का? ईश्वरप्राप्तीची आपली आस किती तीव्र आहे?

_____
_____

आपल्या शरीराच्या (मनोशरीर यंत्र) वृत्ती, पॅटर्न्स आणि संस्कार समजून घेऊन आपल्या गीतेवर मंथन करून लिहा.

_____
_____

पृथ्वी लक्ष्य साध्य करण्यासाठी आपण आपल्या आसपासच्या कोणत्या साधनांचा उपयोग करू शकता?

_____
_____
_____

◆ आजचा संकल्प ◆

आज प्रेम, आनंद, मौन या ईश्वरीय गुणांप्रति ग्रहणशील राहायचं आहे.

❖ अध्याय १९ ❖

धर्माची खरी परिभाषा

धर्माची समज देणारे गुरू गोविंद सिंह

धर्म केवळ एकच आहे, परंतु त्याची रूपे शंभर आहेत.

- जॉर्ज बर्नार्ड शॉ

समजा, तुमच्यासमोर पेन ठेवण्यासाठीचा एक लांब व अरूंद बॉक्स आहे आणि तुम्हाला जर कुणी विचारलं, की 'हे काय आहे?' तर आपण लगेचच म्हणतो 'हे पेन आहे.' आपण ही गोष्ट अगदी सहजपणे सांगू शकला, कारण आपल्याला माहीतीए, पेन ठेवण्याचा बॉक्स असाच असतो. आपण आधीही अशा प्रकारचे बॉक्स पहिलेले असतील; पण आपल्याला माहीत असायला हवं, की तो बॉक्स म्हणजे पेन नाही. ते उघडल्यावरच त्याच्यातून पेन निघतं. धर्मसुद्धा असाच असतो. लोक ज्याला धर्म म्हणताहेत तो धर्म नाही, परंतु त्यावरील आवरण काढल्यावरच खरा धर्म गवसतो. अर्थात धर्म आत्मसात करण्यासाठी प्रथम त्यावरील आवरण काढावे लागेल. तसे होत नाही म्हणून तर लोक वरील आवरणालाच धर्म समजून बसलेत. आध्यात्माची ही सर्वांत मोठी अडचण बनलीय.

अशा तऱ्हेने जे लोक कर्मकांड करीत आले आहेत आणि सांगतात, की 'मी अमुक-अमुक धर्माचा आहे आणि मी माझा धर्म कधीही सोडणार नाही.' तेव्हा त्यांना सांगितलं जातं, 'नका सोडू.' आपल्या धर्माला कधीही सोडू नका, पण पहिल्यांदा धर्म म्हणजे काय, हे समजून घेतलं आहे का?

धर्माचा अर्थ आहे, आपण प्रत्यक्षात जे आहात- आपला स्वभाव... आपलं अस्तित्व... ईश्वराची पूर्वावस्था. याच्यानंतरच जग अस्तित्वात आलं आणि त्यानंतर बाकीच्या गोष्टी आल्या. सर्वसाधारणपणे धर्म या शब्दाला, संप्रदाय, पंथ, रीति-रिवाज, प्रथा, कर्मकांड, सण यांच्याशी जोडलं जातं. खरंतर या साऱ्या गोष्टी फक्त बाह्य आवरण आहेत. या आवरणाच्या आत लपलेलं तत्त्व 'मी आहे'ची जाणीवच (स्वानुभव) मूळ धर्म आहे. या धर्माच्या आजूबाजूला आपोआप (काळानुसार व गरजेनुसार) काही गोष्टी जोडल्या जातात आणि त्यालाच मूळ मानण्याची चूक माणसाकडून होते.

स्वानुभव, सूर्यप्रकाश आणि हवा या गोष्टी सर्वांना फुकट मिळतात, म्हणून लोकांना त्याची किंमत वाटत नाही. धर्माबाबतपण असंच झालंय. तोसुद्धा सर्वांना जन्माबरोबर वंशपरंपरेने मिळालेला आहे. मूल जन्माला येताच तो अमुक एका धर्माचा आहे असं निश्चित होतं. यामुळे धर्माची किंमतसुद्धा संपून जाते.

गुरू गोविंद सिंह शिखांचे दहावे आणि शेवटचे गुरू होते. त्यांच्याबाबत, सर्वधर्मसमभावाचं महत्त्व दाखवणारी एक दंतकथा प्रसिद्ध आहे.

एके दिवशी पीर भीकन शहा या फकिरानं पूर्व दिशेकडे बघून प्रार्थना केली, पण ती इस्लामी परंपरेच्या विरुद्ध होती, कारण इस्लाम धर्मात फक्त काबाकडे तोंड करूनच प्रार्थना केली जाते. जेव्हा गावातल्या लोकांनी याबाबत विचारलं, तेव्हा त्यांनी सांगितलं, की पाटण्यात एका मुलाचा अवतार झाला असून पाटणा पूर्व दिशेला आहे. गावकऱ्यांनी 'असं कसं होऊ शकतं?' असं परत विचारलं, तेव्हा पुरावा देण्यासाठी

भीकनशाह त्यांना घेऊन पाटण्याला गेले. तेथे त्यांनी एका हिंदू व एका मुसलमानाच्या दुकानातून गुलाबजाम खरेदी केले. ते एकेका वाडग्यात ठेवले व दोन्ही वाडगे घेऊन ते तान्ह्या बाळाच्या घरी पोहोचले.

तिथे गेल्यावर ते तिथल्या सगळ्या लोकांना म्हणाले, 'या मुलानं जर हिंदूच्या वाडग्याला स्पर्श केला तर तो हिंदू धर्माच्या बाजूचा असेल आणि मुसलमानाच्या वाडग्याला स्पर्श केला तर तो इस्लाम पक्षाचा असेल.' ज्यावेळी त्या तान्ह्या बाळाने दोन्ही वाडग्यांना एकाचवेळी हात लावला, तेव्हा तिथे असलेल्या लोकांच्या आश्चर्याला पारावार राहिला नाही.

पीर भीकनशहा सांगत असलेलं सत्य आहे, हे बालक खरोखरच महापुरुष आहे, या गोष्टींवर सगळ्या लोकांचा विश्वास बसला.

उपरोल्लेखित कहाणीवरून समजायला हवं, की आम्ही सर्व धर्माबद्दल समभाव ठेवायला हवा. धर्मासाठी वादविवाद, लढाया-भांडणं करणं हे धर्माच्या मुलभूत सिद्धान्ताच्या विरुद्ध आहे. गुरू गोविंद सिंहांनी खालसा पंथाची स्थापना करताना सांगितलं होतं, की याचे अनुयायी जातविरहित असतील. ना कोणी मुसलमान असेल, ना कोणी हिंदू. कोणत्याही तऱ्हेचे कर्मकांड वा अंधविश्वास नसेल. केवळ एका ईश्वरावर विश्वास ठेवला पाहिजे आणि प्रत्येक माणसाला आपला भाऊ मानायला हवं. धर्म भलेही वेगवेगळे असतील, पण चैतन्य मात्र एकच आहे, ही भावना सर्वांमध्ये असायला हवी.

आज जगाला नवीन धर्माची आवश्यकता नसून, सर्व धर्मांना जोडणाऱ्या धाग्याची गरज आहे आणि हा धागा आहे 'समजेचा.' वेगवेगळ्या धर्मांनी एकाच सत्याकडे संकेत केलेला आहे. मग तो 'इन्शा अल्लाह' म्हणेल, 'दाय विल बी डन' म्हणेल, 'तुम्हारी इच्छा पूर्ण हो' म्हणेल, 'जो हुकूम' किंवा 'तेरा तुझको अर्पण' असेही म्हणेल. या सर्व शब्दांचा अर्थ एकच आहे, आणि ते ईश्वर,

अल्लाह, गॉड किंवा वाहे गुरूची प्रशंसा आणि समर्पणासाठी उच्चारले गेले आहेत. म्हणून वेगवेगळ्या भाषांमधून त्या एकाचीच स्तुती केली गेलीय, हे आपण समजून घ्या. केवळ नावे वेगवेगळी आहेत, म्हणून सत्य किंवा ईश्वर अथवा स्रोत किंवा स्वानुभव (स्वभाव) वेगळा होऊ शकत नाही.

पाण्याऐवजी जल, वॉटर, सलिल, नीर किंवा करज म्हटल्यानं त्याचे गुणधर्म बदलत नाहीत. म्हणून, असं समजायचं कारण नाही, की वॉटर म्हणणारा ख्रिश्चन आहे आणि जल म्हणणारा हिंदू. इमान असेल तर सर्वच मुसलमान आहेत, जर स्ववेदनेतून (वेदप्रणित) जीवन जगत असतील तर सर्वच हिंदू आहेत, प्रभूच्या राज्यात प्रवेश इच्छित असतील तर सर्वचजण ख्रिश्चन आहेत, अध्ययन बंद झालेले नाही, तोपर्यंत सर्वच शीख आहेत. सर्वजण एकच आहेत.

जगामध्ये वेगवेगळे धर्म, जाती आणि समाजाला मानणाऱ्यांसाठी वेगवेगळी मंदिरे, मशिदी, चर्च, गुरूद्वारा निर्माण केले गेले, आजही होत आहेत आणि पुढेही होतील. आपण कधी याचा विचार केला आहे का, ही सारी मंदिरे, मशिदी, गुरूद्वारा, चर्च कोणत्या उद्देशाने निर्माण करण्यात आले? त्यांच्यामागचा मूळ उद्देश काय होता? ज्यावेळी हे बांधण्यात आले, तेव्हाचं लक्ष्य होतं, स्वतःला जाणणं, स्वरूपाच्या जाणिवेत राहणं; पण काळाच्या ओघात हळूहळू मूळ लक्ष्य हरवत गेलं आणि काही विधी आणि कर्मकांड तेवढे शिल्लक राहिले. या सर्वांतून माणसाला बाहेर काढण्यासाठी धर्माची नेमकी (खरी) समज येणं आवश्यक आहे.

◆ **मनन प्रश्न** ◆

गुरू गोविंद सिंहांच्या कहाणीतून आपण काय बोध घेतलात?

_____

_____

'सर्व धर्म समान आहेत' या विचारावर मनन करून लिहा.

_____

_____

'मूळ धर्माची समज' यावर मनन करून एका ओळीत लिहा.

_____

_____

'आज जगाला नवीन धर्माची आवश्यकता नसून, सर्व धर्मांना जोडणाऱ्या 'समजेच्या' धाग्याची गरज आहे' या महावाक्यावर आपल्याला काय समजले, ते लिहा.

_____

_____

_____

◆ **आजचा संकल्प** ◆

आज सर्वांमध्ये चैतन्याचा आविष्कार बघून आनंद अनुभवायचा आहे.

❖ अध्याय २० ❖

दहावी शक्ती - पॉवर ऑफ चॉइस
संत एकनाथांची निवड आणि एकाग्रता

जर आपल्याला पूर्व दिशेला जायचे असेल
तर पश्चिमेकडे जाऊ नका. - रामकृष्ण

प्रत्येक माणसाजवळ प्रेम, पैसा, तेजआनंद आणि परमेश्वर प्राप्त करून घेण्याची क्षमता आहे. आपल्याला आपली क्षमता प्रकट करायची आहे. ही क्षमता लक्षात घेऊनच आपल्याला आपलं लक्ष्य निश्चित करायचं आहे. मग इतर लोकांना ते लक्ष्य आवडो वा न आवडो, ते सहकार्य करू देत अथवा न करू देत.

आपण जितकं मोठं लक्ष्य ठेवतो, निसर्ग आपल्याला तेवढीच अधिक शक्ती प्रदान करतो. जर निसर्गाची शक्ती अनुभवायची असेल, तर उच्चतम ध्येयाची निवड करा. आजच जीवनातलं उच्चतम ध्येय निवडा; जेणेकरून ते निवडताच आपण पुलकित व्हाल, आनंदित व्हाल, त्याबाबत ऐकल्यावर आपल्यात काम करण्याची प्रेरणा निर्माण होईल आणि भीती खूप दूर पळेल.

जीवनातलं उच्चतम ध्येय निवडण्यासाठी दहावी शक्ती, पॉवर ऑफ चॉइस म्हणजे निवडण्याच्या क्षमतेचा उपयोग करायला शिका.

आज आपण जी निवड करत आहात, त्यामुळेच आपल्या भविष्याला आकार मिळणार आहे. या क्षणाला आपण हे पुस्तक वाचणे, हीच एक उत्तम निवड आहे. कारण यावेळी आपण एखाद्या पार्टीत, सिनेमा हॉलमध्ये, शॉपिंग मॉल वगैरे ठिकाणी असू शकला असता, पण त्याऐवजी आपण आता हे पुस्तक वाचत आहात. अशा तऱ्हेची निवडच भविष्य उज्ज्वल बनवतं. समजेअभावी लोक निम्न स्तरावरीलच ध्येयाची निवड करतात.

एखादा विद्यार्थी जर परीक्षेच्या वेळी अभ्यास करणं सोडून, पाणी-पुरी खात असेल, मित्रांबरोबर गप्पा मारत असेल, तर ही त्याची निवड उत्तम दर्जाची आहे का? नाही. त्यावेळी त्याला हे समजत नाही, की ही त्याची कमी प्रतीची निवड आहे. जेव्हा परीक्षेचा परिणाम समोर येतो, तेव्हा त्याला समजतं, की अभ्यास सोडून पाणी-पुरी खाणं किंवा गप्पा मारणं ही निम्न प्रतीची निवड होती. मग त्याला या चुकीमुळे रडायला येतं. म्हणून आपण निवड करताना प्रथम स्वतःलाच विचारायला हवं, की 'मी जे करतोय, ते चूक तर नाही ना?' अशा प्रकारे निवड करण्यासाठी तुम्ही सजग व्हाल.

म्हणून निवड करण्यापूर्वी पहिल्यांदा तुम्ही स्वतःलाच विचारा, की खरंच मी उत्कृष्ट निवड करू शकतो का? ज्यावेळी आपण उत्कृष्ट निवड करण्याचं ठरवता, त्यावेळी स्वतःलाच विचारा, 'मी दुःखातसुद्धा आनंदी राहू शकतो का?' खरं म्हणजे अशा प्रकारे विचारणा केल्यामुळेच आपली सर्वोत्तम निवड करण्याची तयारी होते. जर प्रश्न विचारलेच नाहीत, तर मन गुंगारा देतं आणि माणूस कमी दर्जाची निवड करून वाईट भविष्याची निर्मिती करायला लागतो.

एखाद्या व्यक्तीचा इंटरव्ह्यू झाला, परंतु त्याची निवड झाली नाही, अशावेळी त्याचा पुढील निर्णय काय असायला हवा? जर त्याने दुःख निवडलं, तर ती

त्याची निकृष्ट निवड ठरेल. मुलाखतीत नापास झाल्यावरदेखील आनंदी राहून पुढच्या मुलाखतीसाठी तयारी करण्याची उत्कृष्ट निवड तो करू शकला असता. म्हणून, स्वतःलाच विचारा, की यावेळी मी जी निवड केलीय, ती माझी उत्कृष्ट निवड आहे का? जर काही कारणामुळे आपण उत्कृष्ट निवड करू शकला नाहीत, तर निदान चांगली निवड तरी करा. निकृष्ट दर्जाची निवड करू नका.

या संसाररूपी नाटकामुळे आपण काही शिकायला हवं होतं आणि ते शिकलेलं (ज्ञान) इतर गोष्टींसाठी उपयोगात आणायला हवं होतं, पण लोक जन्माला येऊन निकृष्ट निवडीत अडकून जातात आणि खरी गोष्ट बाजूलाच राहते. आता लोक निकृष्ट निवड करून फक्त नफा-तोट्यातच अडकलेले आहेत. आयुष्याच्या अंतापर्यंत आपण फक्त नफा-नुकसानीचीच काळजी करत बसलो, तर ज्या उद्देशासाठी आपण जन्माला आलो आहोत, तो पूर्ण होणार नाही. म्हणून परत एकदा आपल्याला कोणीतरी आठवण करून देतं, की 'आपण काय यासाठीच जन्माला आलो आहोत?' संत एकनाथमहाराजांच्या गुरूंनी त्यांना याच गोष्टींची आठवण करून दिली. तसं पाहिलं तर संत एकनाथमहाराजांचं पूर्ण लक्ष त्यांच्या उद्दिष्टावरच केंद्रित झालं होतं, पण या एकचित्ततेमुळे ते एकदा एका पैशाच्या हिशेबात गोंधळून गेले होते.

> महाराष्ट्राचे महान संत एकनाथांच्या जीवनात एक घटना अशी घडली, ज्यामुळे त्यांच्या जीवनाची दिशा बदलून गेली. एकदा त्यांना एका पैशाचा हिशेब लागत नव्हता. त्या एका पैशाच्या गडबडीमुळे ते दिवसभर विचार करत राहिले, शेवटी तो पैसा गेला कुठे? हिशेबात कुठे गडबड झाली? हिशेब न मिळाल्यामुळे त्यांना रात्रभर झोप आली नाही. शेवटी जेव्हा तिसरा प्रहर उलटला, तेव्हा त्यांच्या डोक्यात प्रकाश पडला आणि त्यांना हिशेब मिळाला. अचानक एकनाथ आनंदाने ओरडले, 'मिळाला, मिळाला!'
>
> एकनाथांना हिशेबातील चूक समजल्यानंतर इतका आनंद झाला होता,

की रात्रीचा तिसरा प्रहर झालाय आणि त्यांचे गुरूही जवळच झोपले आहेत, याचे त्यांना भानच राहिले नाही. एकनाथांचा आवाज ऐकून त्यांचे गुरू जनार्दनस्वामींची झोपमोड झाली. त्यांनी एकनाथांना विचारले, 'एकनाथ, तुला असं काय मिळालं म्हणून तू आनंदाने ओरडतोयस?' एकनाथांनी उत्तर दिले, 'गुरूदेव, ज्याच्यासाठी मी रात्रभर जागलो, त्या माझ्या एका पैशाचा हिशेब मिळाला.'

जनार्दनस्वामींनी एकनाथांना विचारलं, 'हिशेब मिळविण्यासाठी तू रात्रभर जागा राहिलास?' एकनाथ म्हणाले, 'हो गुरूदेव, मला माझ्या एक पैशाच्या चुकीचा हिशेब मिळवायचा होता, त्यामुळे मला रात्रभर झोप आली नाही आणि मी त्याबाबतच विचार करत राहिलो.' यावर जनार्दनस्वामी म्हणाले, 'हे बघ एकनाथ, तू एका पैशाचा हिशेब मिळाल्याने इतका खूश आहेस, पण तुला जर जगाचं कोडं उलगडलं तर मग किती आनंदित होशील! जितक्या एकाग्रतेनं तू हिशेबाचा ताळमेळ घालण्याचा प्रयत्न केलास, तेवढी एकाग्रता आणि ध्यास घेऊन जर तू ईश्वराला भेटण्याचा प्रयत्न केला असतास, तर तोदेखील तुला सहज मिळाला असता. मग आता कल्पना कर, त्यावेळी तू किती आनंदित असशील! प्रपंचातील वस्तू आणि धन यावरील मन काढून घेऊन तू आपल्या मनाला आध्यात्मिक मार्गाला घेऊन जा, तेव्हा तुझी हिशेबाची प्रवृत्ती दूर होईल आणि ईश्वराचा साक्षात्कार मिळण्याची शक्यता निर्माण होईल.'

संत एकनाथांनी आध्यात्मिक चिंतन, मनन आणि भजन यांची निवड केली. या ध्येयासाठीच ते सेवेचं कार्य करीत होते. अतिशय एकाग्रतेमुळे ते रात्रभर त्याबाबतच विचार करत राहिले, म्हणून त्यांना रात्रभर झोप आली नाही. या कारणासाठीच त्यांच्या गुरूंनी ज्ञानसंकेत दिला, की 'जगाचं कोडं उलगडायचं असेल, तर अशाच तऱ्हेने एकाग्रचित्त होऊन ध्यान कर.' एकाग्रता हे आपलं ध्येय

नाही, परंतु एकाग्रता ध्येयप्राप्तीसाठी साधन होऊ शकतं. आपल्यालासुद्धा आपल्या जीवनातील सर्वांत महत्त्वाच्या गोष्टींवरच लक्ष केंद्रित करायला हवं. तेव्हाच आपण आपलं उद्दिष्ट साध्य करू शकतो व यशस्वी होऊ शकतो.

याचा अर्थ असा नाही, की आपण प्रापंचिक गोष्टी सोडून द्यायच्या आहेत. प्रपंच चालू ठेवूनसुद्धा आपलं खरं उद्दिष्ट पूर्ण कसे होईल, हे बघायला हवं. नाही तर एखादा माणूस जन्मभर पैशाचाच विचार करीत राहिला, आयुष्यभर त्याचं लक्ष फक्त पैशांवरच खिळून राहिलं, तर त्याचा विकास कधी होणार? जन्मभर तो त्याच गोष्टींमध्ये अडकून पडेल.

आपल्या घराचा वा बंगल्याचा आकार मोठा होईल, आपल्या बँकेतल्या ठेवी वाढत जातील, मगच आनंद मिळेल असा विचार करू नका. जर असं असतं तर जगात कोट्यवधी दुःखी लक्षाधीश आढळले नसते. जेव्हा आपण कोट्यवधी दुःखी लक्षाधीशांशी बोलाल, तेव्हा आपल्याला समजेल, की लक्षाधीश असूनदेखील, सगळ्या सुख-सुविधा दिमतीला असतानाही, भरपूर पैसा गाठीशी असूनही त्यांना दुःखाची वानवा नाही. फक्त एकाच प्रकारची संपत्ती मिळवून आनंद मिळाला असता, तर हे लोक सर्वाधिक आनंदी दिसले असते, परंतु असं नाहीए.

जीवनात आपण फक्त एकाच प्रकारची संपत्ती मिळवावी असं नाही; तर त्यासोबत आपल्याला प्रेमाची पुंजी, ध्यानरूपी धन, वेळ आणि आरोग्याची नाणीदेखील मिळवायची आहेत.

⇨

◆ मनन प्रश्न ◆

संत एकनाथांच्या गोष्टीतून आपण काय शिकलात?

_____

_____

आपली निवड प्रापंचिक गोष्टींवर केंद्रित असते, की आपल्या उद्दिष्टावर?

_____

_____

केव्हा-केव्हा आपण आपले उद्दिष्ट सोडून मोहमायेच्या जगाची निवड करता?

_____

_____

आपल्या जीवनातील उत्कृष्ट ध्येय ठरविण्यासाठी आपण निवड करण्याच्या शक्तीचा कशा प्रकारे उपयोग कराल?

_____

_____

_____

_____

◆ आजचा संकल्प ◆

आज आपल्या मनाला प्रापंचिक गोष्टींमध्ये न अडकवता आध्यात्माकडे वळवायचे आहे.

❖ अध्याय २१ ❖

धर्मशाळेलाच ध्येय मानू नका
जीवनाचं सार्थक करा

मनुष्याची सर्वांत मोठी संपत्ती म्हणजे त्याला लाभलेलं जीवन. मनुष्यानं स्वतःचं आयुष्य अशा रीतीने जगावं, जेणेकरून त्याच्या मनात 'मी आयुष्यातील मौल्यवान वर्षे वाया घालवली' हा विचार कदापि येऊ नये. - निकोलाई ऑस्त्रो वस्की

    ईश्वरकृपेने आपल्याला मनुष्यजन्म मिळाला आहे. या पृथ्वीतलावर आपण काही खास उद्देशाने आलो आहोत. आत्मसाक्षात्कार प्राप्त करणे हे आमच्या मूळ उद्दिष्टाचे पहिले अंग आहे. आपण आपल्या शरीराला निमित्त करून स्वतःला जाणू शकतो व आपल्यातील दैवी गुण विकसित करू शकतो. यासाठी आपल्याला या पृथ्वीवर कितीतरी बंधने घातली गेली आहेत. जेव्हा कोणतंच बंधन नसतं, तेव्हा आपण काहीही शिकू शकत नाही, त्यावेळी आपण आपल्या सोयीने जीवन जगतो; परंतु जेव्हा बंधन पडते, तेव्हा आपल्याला प्रत्येक गोष्ट त्या बंधनात राहूनच करावी लागते. बंधनात राहूनच आपण कोणतेही काम पूर्णत्वाला नेतो, तेव्हा आपल्यातील कित्येक गुणांचा विकास होतो. बंधनाशिवाय हे गुण विकसित

होऊ शकत नाहीत. बंधनात राहूनच आपण धैर्याचे धनी बनतो, वेगवेगळ्या युक्त्या शोधून काढतो आणि आपले काम विधायक पद्धतीने पूर्ण करू शकतो.

आयुष्यभर माणूस आपल्या सुख-सोयींसाठी वेगवेगळी साधने मिळवण्याची धडपड करत असतो. मग तो राजा असो वा रंक, त्याचा मृत्यू झाल्याबरोबर त्याला आपली धन-संपत्ती, घरदार सगळं काही इथेच सोडून जावं लागतं. तो ज्या घरात किंवा महालात राहत होता, तिथे दुसरेच कोणीतरी येऊन राहू लागते. भूतलावरील ही परंपरा अशीच चालू राहते.

एकदा एक सूफी संत राजा इब्राहिम बेन आदमच्या महालात पोहोचले आणि सरळ सिंहासनाकडे चालू लागले. सूफी संत इतक्या आत्मविश्वासानं पुढं जात होते, की त्यांना थांबविण्याची कुणाचीच हिंमत झाली नाही. इब्राहीम फार परोपकारी राजा होता. त्यांनीच सूफी संतला विचारले, 'तुम्ही काय शोधत आहात?' सूफी संत म्हणाले, 'मी या धर्मशाळेत झोपण्यासाठी जागा शोधतोय.' राजाने उत्तर दिले, 'ही धर्मशाळा नाही. हा तर माझा महाल आहे.' यावर सूफी संतांनी राजाला प्रश्न केला, 'तुझ्याआधी हा महाल कोणाचा होता?' राजा म्हणाला, 'माझ्या वडिलांचा.' 'आणि त्याच्या आधी?' 'माझ्या आजोबांचा.' हे ऐकल्यावर सूफी संत हसत म्हणाले, 'याचा अर्थ असा, की इथे लोक येतात आणि काही वेळ राहिल्यानंतर पुढे निघून जातात. अशा जागेला मग धर्मशाळा नाही तर काय म्हणायचं?'

या जगाला आपण आपलं खरं घर नाही, तर एक धर्मशाळा समजायला हवं. माणूस या जगात पाहुणा म्हणून येतो आणि काही वेळ राहून निघून जातो. असं असूनदेखील, आश्चर्य या बाबीचं आहे, की तो या जगातल्या आपल्या अस्तित्वाला कायम समजून बसतो, आणि अजरामर असल्यासारखं आयुष्य जगतो.

हे जग म्हणजे त्या सृष्टीकर्त्याचं (महान) घर असून, आपण इथे पाहुणे आहोत. ईश्वराच्या या घरात आपलं पृथ्वी लक्ष्य साकार व्हावं, यासाठी संपूर्ण व्यवस्था केली गेली आहे. महान म्हणजे ईश्वर. ईश्वराच्या या घरात, पृथ्वीवर आपण पाहुणे आहोत, येथे आपण कायमस्वरूपी राहण्यासाठी आलेलो नाही. म्हणून पृथ्वीवरचा मुक्काम संपण्यापूर्वीच पृथ्वी लक्ष्य प्राप्त करा. आपल्या मनाला योग्य प्रशिक्षण द्या.

•••

सकाळी उठल्यापासून रात्रीपर्यंत माणूस जे काही कार्य करत असतो, तेव्हा त्याने स्वतःला प्रश्न विचारायला हवा, 'मी हे सगळं का करतोय? सकाळी उठून मी नोकरीवर का जातो?'

माणूस संपत्ती कमवून, सुख-सुविधांसाठी, मोठ्यात मोठं घर घेऊन ते सजविण्यात आपला बहुतांश वेळ घालवतो. घर कितीही मोठं असलं, कितीही सजावटीचं सामान असलं, तरी ते त्याला कमीच वाटतं. तो फक्त वस्तू गोळा करीत राहतो. त्याला हे समजतच नाही, की आपला कितीतरी बहुमूल्य वेळ तो अनावश्यक गोष्टी गोळा करण्यात घालवित आहे. जर त्याला आपलं पृथ्वी लक्ष्य समजलं, तर तो कधीही अशा गोष्टींत आपला वेळ घालविणार नाही. ही गोष्ट आपण एका छोट्याशा कहाणीतून समजून घेऊ यात.

> पोलंडमध्ये हाफिज हईम राहत होते आणि त्यांची ख्याती सर्वदूर पसरलेली होती. एक दिवस एक अमेरिकन प्रवासी त्यांना भेटण्यासाठी त्यांच्या घरी गेला. त्याला हे बघून आश्चर्य वाटले, की धर्मगुरू एका छोट्याशा खोलीत राहत असून, त्यात केवळ पुस्तकंच होती. एक टेबल आणि बाक याशिवाय तेथे कोणतेही फर्निचर नव्हते. प्रवाशाने विचारलं, 'धर्मगुरू, आपलं फर्निचर कुठे आहे?' हाफिज यांनी प्रतिप्रश्न केला, 'तुमचे कुठे आहे?' प्रवासी म्हणाला, 'माझं? मी तर इथे प्रवासी

म्हणून काही काळ राहण्यासाठी आलो आहे.' हाफिज म्हणाले, 'मीसुद्धा! मलापण हे पक्के माहीत आहे, की मी या जगाचा प्रवास करण्यासाठी आलो असून, काही काळच येथे राहणार आहे.'

माणसाला त्याचं जीवन स्पष्टपणे दिसावं, अशी त्याची समज असायला हवी. मग तो हे बघू शकेल, की प्रत्यक्ष जीवनात काय होतंय? लोक, कोणत्या गोष्टीत गुरफटून गेलेत आणि कोणत्या कर्मांमुळे त्याला या आयुष्यातच मोक्षप्राप्ती होऊ शकते. माणूस या पृथ्वीवर काही वेळासाठीच काही खास उद्देशानं आलाय, हे त्याच्या लक्षात येणं महत्त्वाचं आहे. हे जेव्हा त्याच्या लक्षात येईल, तेव्हा तो एक क्षणदेखील वाया घालवणार नाही.

• • •

जगातील सर्वांत मोठं आश्चर्य हे आहे, की माणूस रोज लोकांना मरताना बघतोय, पण स्वतः असं जगतोय, की तो जसं कधी मरणारच नाही. लोक रोज बघतात, की कोणा ना कोणाचा मृत्यू होतोय, पण त्यांच्या मृत्यूचा लोकांवर कोणताही परिणाम होत नाही. मृत्यू पाहूनदेखील ते मृत्यूबाबत मनन करू इच्छित नाहीत.

जीवन-मृत्यूची व्यवस्था ही स्वयंचलित व्यवस्था आहे. जसं, क्रिकेटमध्ये जो फलंदाज चेंडू योग्य पद्धतीने हाताळू शकत नाही, चेंडूचा रोख समजू शकत नाही, तो जास्त वेळ खेळू शकत नाही. अगदी तसंच पृथ्वीवर माणसाच्या स्थूल शरीराचा मृत्यू ही एक स्वयंचलित, स्वयंनिर्मित व्यवस्था आहे. जगात सर्व काही सहज आणि सुंदर रीतीने माणसाने केलेल्या कर्मानुसार घडत आहे. ही कर्मं त्याच्या भाव, विचार, वाणी आणि क्रियेद्वारे केली जातात.

पृथ्वीवर आल्यानंतर फक्त पैसे मिळवणं, हेच माणसाचं ध्येय नाही. त्याच्याबरोबर पृथ्वीवर आणखी काही गोष्टी त्याला शिकायच्या असतात. त्या गोष्टी न शिकताच जर जग सोडून गेला, तर या पृथ्वीवर येण्याचा कुठलाच लाभ

त्याला मिळाला नाही, असं होईल. सम्राट सिकंदराबरोबरपण असंच घडलं.

सिकंदर फार मोठा सम्राट होता. त्यानं पूर्ण जग जिंकलं होतं आणि त्याच्याजवळ अगणित संपत्ती होती. परंतु मृत्यूसमयी त्याला या गोष्टीची जाणीव झाली, की तो आपली अगणित संपत्ती किंवा राज्य त्याच्याबरोबर घेऊन जाऊ शकत नाही. त्यानं आपल्या साथीदारांना आदेश दिला, त्याचं शव कफन घालून नेताना शरीर तेवढं झाकावं, पण दोन्ही हातांच्या मुठी मात्र उघड्या ठेवाव्यात; जेणेकरून विश्वविजयी सिकंदरपण मृत्युसमयी रिकाम्या हातानं जातोय आणि त्याला सर्व काही इथेच सोडून जावं लागतंय. मृत्यूसमोर सिकंदर पराभूत झालाय, हे लोकांनी पाहावं.

माणूस हे विसरून जातो, की तो रिकाम्या हातांनी आला आहे आणि तसाच जाणार आहे. यामुळेच तो मोहाच्या बंधनात बांधला जातो व महाठक असणाऱ्या मोहमायेच्या सोनेरी जाळ्यात फसतो. तो देवतांऐवजी पशुतुल्य आचरण करतो आणि खाणं, पिणं, झोपणं, संग्रह करणं यातच आपलं आयुष्य व्यर्थ घालवतो. तो अशा गोष्टींना आपलं जीवनध्येय समजतो, ज्या त्याला इथेच सोडून जायच्या आहेत. तो पैसा, प्रसिद्धी, मान-सन्मान यांच्या चक्रव्यूहात अडकून पडतो आणि मग त्यातून कधीच बाहेर येऊ शकत नाही. जर मनुष्याने जीवनाची क्षणभंगुरता नेहमी लक्षात ठेवली, तर तो पृथ्वीवर जन्म घेण्याचं त्याचं खरं उद्दिष्ट प्रत्यक्षात आणू शकतो.

⇨

◆ **मनन प्रश्न** ◆

सूफी संत आणि सिकंदरच्या कहाणीतून आपण काय बोध घेतलात?

_____

_____

जगातील मोहमायेमध्ये आपण कुठे-कुठे अडकता?

_____

_____

आपल्या गुणांना विकसित करण्यासाठी म्हणजेच स्वतःला जाणण्यासाठी आपण या जगातील बंधनांनाच कशा प्रकारे साधन बनवता?

_____

_____

या जगात आपण काही काळासाठीच आला आहात आणि काही विशेष उद्दिष्टांसाठी आला आहात, हे आपण कधी-कधी विसरता?

_____

_____

_____

_____

◆ **आजचा संकल्प** ◆

आज आपल्याला काही वेळ आध्यात्मिक उन्नतीसाठी द्यायचा आहे.

❖ अध्याय २२ ❖

अकरावी शक्ती - पॉवर ऑफ फोकस

कुल-मूल उद्देश (संपूर्ण ध्येय)

ईश्वरानं मनुष्याला उद्दिष्टांचा पाठपुरावा करण्यासाठीच निर्माण केलंय. कारण तो याशिवाय पुढे जाऊ शकत नाही, जसं नाव इंधनाशिवाय आणि फुगा गॅसशिवाय. - हेन्री वॉर्ड बीचर

एका मुलाला अजिबात पोहायला येत नव्हतं. आपल्या मित्रांना नदीत पोहताना बघून त्याला वाटायचं, की आपणदेखील पोहणं शिकावं. एके दिवशी तो एकटाच नदीकडे निघाला. उत्साहाच्या भरात तो पोहण्यासाठी नदीत उतरला. त्याला वाटलं, नदीचं पाणी कमी असेल, पण पाणी जास्त होतं. शिवाय पाण्याचा प्रवाह जोराचा होता आणि मुलाला तर पोहायला येत नव्हतं. त्यामुळे तो प्रवाहासोबत वाहायला लागला. आता भीतीमुळे 'वाचवा वाचवा' असं तो जोरजोरात ओरडू लागला.

जवळून जाणाऱ्या एका माणसाने त्याचं ओरडणं ऐकलं आणि तो मदतीसाठी धावला. तो माणूस पट्टीचा पोहणारा होता. त्यानं नदीत उडी

घेतली आणि मुलाला बुडण्यापासून वाचविलं, नंतर किनाऱ्यावर आणून त्याच्या पोटातलं सगळं पाणी काढून त्याला पूर्ण बरं केल्यावर तो तिथून जायला निघाला. तेव्हा मुलानं त्या माणसाला धन्यवाद दिले. त्या अनोळखी माणसानं मुलाला विचारलं, 'धन्यवाद कशासाठी?' मुलगा म्हणाला, 'तुम्ही माझे प्राण वाचवले म्हणून.'

उत्तर ऐकल्यावर त्या माणसानं मुलाच्या डोळ्यांत बघत सांगितलं, 'बेटा, तुझं जीवनदेखील असंच असावं, जे वाचवण्यायोग्य असेल. म्हणजेच, या मिळालेल्या जीवनाचं सार्थक कर.'

त्या माणसानं सांगितलेली ही बाब मुलाने कायम लक्षात ठेवली आणि त्यानं यावर मनन केलं. त्याला समजलं, जर जीवनाचं सार्थक करायचं असेल, तर मला हे जाणणं आवश्यक आहे, की हे जीवन मला कोणत्या उद्देशानं मिळालंय. त्या मुलानं जीवनाचा उद्देश समजून घेतला आणि या उद्देशावरच लक्ष केंद्रित करून जीवन सार्थक बनवलं.

ही शक्ती आहे पॉवर ऑफ फोकस - अकरावी शक्ती. आपल्या उद्देशावर लक्ष केंद्रित करून आपली ऊर्जा एकत्रित करण्याची शक्ती. आपल्यालादेखील ही शक्ती मिळवायची व वाढवायची आहे. आपली ऊर्जा जी, वेगवेगळ्या दिशांमध्ये विभागली गेलीय, ती या प्रक्रियेमध्ये आपल्याला एकत्रित करायची आहे. माणसाचं मन चंचल असल्यानं ते पुन:पुन्हा भूत आणि भविष्यकाळात धावतं, त्याला एकत्रित करायचंय, म्हणजेच चंचल मनाला एकचित्त करायचे आहे. जसं मॅग्निफाइंग ग्लासच्या मदतीनं सूर्याची किरणे एकत्र करून त्याखाली काडेपेटीतील काडी किंवा कागद धरला, की तो पेट घेतो. सूर्याची ऊर्जा एकत्रित केल्यामुळे जसं कागद पेटतो, त्याचप्रमाणे आपणही आपल्यातील ऊर्जा एकत्रित करायची आहे.

ऊर्जा खूप काही करू शकते. ती जेवण बनवू शकते, कागद, काडेपेटीची काडी, स्टोव्ह पेटवू शकते. काडेपेटीतील काडी अग्नी निर्माण करू शकते. यासाठी या गोष्टी गोळा करणं एवढंच माणसाचं काम आहे. याचप्रमाणे आपल्याला इतस्ततः विखुरलेली ऊर्जा एकत्रित करायची आहे.

आपली ऊर्जा एकत्रित करण्यासाठी तुमचा आदर्श नेहमी तुमच्यासमोर असायला हवा. म्हणजे तुमची अवलोकनशक्ती किती उच्चतम होऊ शकते, याचा अंदाज येईल. आपल्या आदर्शावर शक्ती एकाग्रित करा. जगात अनेक प्रकारचे लोक आहेत, परंतु ज्यानं सर्वाधिक निरीक्षण केलंय, ज्याची आंतरिक शक्ती आणि कार्यक्षमता आधिक आहे, स्वतःचं म्हणणं इतरांना सांगण्याची कला ज्याला पूर्ण अवगत आहे, ज्याने उच्च कोटीचं कार्य केलंय, म्हणजे असे महत्त्वाचे गुण ज्याच्यामध्ये आहेत, असा माणूस आपला आदर्श असायला हवा.

एखादा असा माणूस आपल्या पाहण्यात नसेल, ज्याला आपण आपला आदर्श मानू शकाल, तर स्वतःच आपण आपले आदर्श बना. प्रत्येक दिवशी आपल्या आदर्शाची आठवण ठेवून त्यानुसार काम करा. ज्या दिवशी आपण आपला आदर्श विसरून जाल, तो दिवस वाया गेला, असं समजा. हे सर्व डायरीत लिहून ठेवा, म्हणजे पुढच्या वेळी आपण आपला आदर्श विसरणार नाही.

सत्यप्राप्तीची ही आस, तळमळ ज्या लोकांमध्ये आहे, त्या लोकांसारखंच कार्य आपल्यालादेखील करायचंय. ज्यावेळी आपण असं करता, तेव्हा नकळतच ही एकत्रित करण्याची शक्ती काम करू लागते. 'एकाग्रचित्त (फोकस्ड्) होऊन राहणं हा आपला आदर्श असायला हवा. आपलं जीवन सिद्धान्तांवर टिकून राहायला हवं. ज्यावेळी आपण 'पॉवर ऑफ फोकस'ला गोळा करून तत्त्व आणि आदर्शांवर टिकून राहता, तेव्हा यश आपल्याकडे आपोआप चालून येतं.

आपणसुद्धा त्या मुलाप्रमाणे आपल्या कुल-मूल उद्देशावर एकचित्त व्हायला हवं, म्हणजे आपल्या जीवनाचं सार्थक होईल. आपल्याला या पृथ्वीवर कोणत्या उद्देशाने पाठविण्यात आलंय, हे आपण लक्षात ठेवायला हवं. तो उद्देश शोधून त्याचा पाठपुरावा करून तो पूर्ण करायचा आहे.

त्या मुलाला लहान वयातच एका अनोळखी माणसानं मोठा धडा शिकवला, तो त्याच्या आयुष्यभर लक्षात राहिला आणि त्यानं आपल्या आयुष्याचं सार्थक केलं. आपणसुद्धा वेळोवेळी आपल्या जीवनाचं विश्लेषण करून हे बघायला हवं, आपल्या जीवनाचं सार्थक झालंय का? ज्या उद्देशानं आपल्याला या पृथ्वीतलावर पाठविण्यात आलंय, तो आपण पूर्ण करीत आहोत का? जर नाही तर का नाही? आता नाही तर मग कधी?

जीवनात घटना घडली, तरच माणूस मनन करतो. जीवनात प्रत्येक माणूस वेगवेगळ्या प्रकारे जागृत होतो. बऱ्याचदा असं होतं, की त्याला उच्च प्रतीचं ज्ञान देऊनसुद्धा त्याचे डोळे उघडत नाहीत, परंतु एखाद्या छोट्याशा घटनेनंसुद्धा माणसाचे डोळे उघडतात. जे लोक समजू शकत नाहीत, त्यांना जागृत करण्यासाठीदेखील वेगळी व्यवस्था असते. जोपर्यंत लोक एखादी घटना विशिष्ट दृष्टिकोनातून बघत नाहीत, तोपर्यंत ते त्यावर विश्वास ठेवू शकत नाहीत.

मृत्युसमयी माणूस म्हणत असतो, 'काहीतरी राहिलं, काहीतरी कमतरता होती.' हे तो अशासाठी म्हणतो, की त्यानं आपला कुल-मूल उद्देश प्राप्त केलेला नसतो. हा उद्देश हरवलेला असल्याने पुन्हा तो प्रकट व्हायला हवा. कुल-मूल उद्देश प्राप्त झाल्यावरच समाधान मिळतं, संपूर्ण संतुष्टी प्राप्त होते. ध्येय अतिशय सहज आणि सोपं आहे, पण तीच सोपी गोष्ट कठीण होऊन बसते. कारण कित्येक वर्षांपर्यंत त्याच्यावर कुणी चर्चाच केलेली नाही.

आपल्या अंतर्यामी एक सेंटर म्हणजे केंद्र (तेजस्थान) आहे. केंद्राशिवाय

कोणतीच गोष्ट होऊ शकत नाही आणि तेच आपलं कुल-मूल उद्दिष्ट (Total aim) आहे. गंमतीची गोष्ट अशी, की हे केंद्र नेहमी स्थिर असतं, ते हलत नाही. जसं घड्याळाचे फिरणारे काटे ज्या तबकडीवर फिरतात, ती स्थिर असते. जशी पृथ्वी सूर्याच्या सभोवती फिरत असते. चंद्र पृथ्वीभोवती फिरत असतो. सूर्य महासूर्यांभोवती फिरत असतो.

पंखा जेव्हा गोल फिरत असतो, तेव्हा पंख्याची दांडी स्थिर असते. पंख्याची दांडी एका जागीच आहे आणि जरी ती फिरत असली, तरी छत मात्र स्थिर आहे. जर छतदेखील फिरायला लागलं तर पंख्यातून वारा कसा येईल? काहीतरी स्थिर असायलाच हवं ना. आपल्या अंतर्यामीही एक गोष्ट अशी आहे, जी कायमस्वरूपी स्थिर आहे. त्यावर स्थापित होणं हे मानवाच्या कूल-मूल उद्देशाचा पहिला भाग आहे. जर आपण तिथं स्थिर, स्थापित झालो, तेथून बघायला सुरुवात केली तर लक्षात येईल, तेथेच तर परमानंद आहे. हलणाऱ्या जागेवर थांबून जर आम्ही आनंद शोधत बसलो, तर तिथं आनंद कसा मिळेल? पण क्षणभंगुर असलेल्या गोष्टी काही वेळाने नष्ट होतात.

आपल्या अंतर्मनात स्थिर असणारी अशी कोणती गोष्ट आहे, हे माणसाला कळायला हवं. जर तो त्याच्याच सभोवती एकचित्त झाला, तर त्याला कळेल, की तिथे जो आनंद आहे, तो आपण सदैव आणि हवा तितका घेऊ शकतो. तिथं पोहोचणं हेच आमचं परम ध्येय आहे. त्या उद्दिष्टावरच स्थापित होणं हेच आपलं परम कर्तव्य आहे.

कुल-मूल उद्देशाचा दुसरा भाग आहे 'सेल्फ.' 'सेल्फ'वर जाऊन आपल्या गुणांची अभिव्यक्ति करायला हवी. ज्यावेळी आपण 'स्वयं'ला जाणतो, तेव्हा आपला व्यवहार ईश्वरीय गुणांशी होतो. राग, तिरस्कार, द्वेष हे 'सेल्फ'चे गुण नसून, हे तर व्यक्तीचे गुण आहेत. प्रेम, आनंद, मौन, सर्जनशीलता इत्यादी

'सेल्फ'चे गुण आहेत. आपल्याद्वारे जर या गुणांची अभिव्यक्ती होत असेल, तर आपण कुल-मूल उद्दिष्टप्राप्तीसाठी प्रयत्न करत आहोत, असा याचा अर्थ होतो.

◆ मनन प्रश्न ◆

या कहाणीतून आपण काय शिकलात?
_____
_____

माणसाला या पृथ्वीतलावर कोणत्या उद्देशानं पाठविण्यात आलंय?
_____
_____

स्थायी आणि परमानंद कसा प्राप्त होईल?
_____
_____

पृथ्वी लक्ष्य मिळविण्याकरिता आपण 'पॉवर ऑफ फोकस' या शक्तीचा कशा प्रकारे उपयोग कराल?
_____
_____
_____
_____

◆ आजचा संकल्प ◆

ज्या उद्दिष्टपूर्तीसाठी आपल्याला मानवजन्म मिळालाय तो पूर्ण होतोय का, यावर आज दिवसभर मनन करायचे आहे.

❖ अध्याय २३ ❖
अतूट आणि अटळ नियम
संत जुनैद यांचा तात्त्विक दृष्टिकोन

जो ५० लोकांशी मोह ठेवतो, त्याला ५० दुःखे असतात. ज्याला
कुणाचाच मोह नसतो, त्याला कुठलंही दुःख नसतं. - बुद्ध

प्रत्येक माणसाच्या आयुष्यात एखाद्या नातेवाईकाचा मृत्यू होण्याची घटना घडते. नातेवाईकाच्या मृत्यूमुळे लोकांना फार दुःख होते. मात्र काही दिवसांनी लोक ते दुःख विसरून जातात. मृत्यूच्या घटनेला एक संधी समजून मृत्यूबाबतचे सत्य समजून घेण्याचा ते प्रयत्न करीत नाहीत. माणसाचा जन्म आणि मृत्यू कसा आणि का होतो आणि खरंच मृत्यू होतो की नाही, यावर ते कधी मननदेखील करीत नाहीत.

माणसाच्या जीवनात एखादी दुःखद घटना घडते, तेव्हाच तो मनन करतो. घटनेशिवाय मनन करण्याची त्याला सवयच नाही, म्हणूनच अशी व्यवस्था केली गेलीय. अनेकदा घटना आणि परिस्थिती यांच्याद्वारे माणसाकडून जबरदस्तीने

मनन करून घेतलं जातं. जेव्हा एखाद्या माणसावर कृपा होते, तेव्हा तो मृत्यूबाबत विचार करणे सुरू करतो.

अनेक गोष्टींबाबत विचार करून आणि घटना बघून माणूस दुःखी होतो. जसं– नातेवाईकाचा मृत्यू, कुणी मित्र आजारी पडला, प्रमोशन मिळाले नाही, नोकरीवरून काढून टाकलं, मुलगा नापास झाला, वगैरे. जर माणसानं मागं वळून बघितलं आणि घटनांचा आढावा घेतला तर त्याला कळून चुकेल, की ज्या घटनांना तो त्रासदायक समजत होता, उलट त्यांनी त्याला बक्षीस दिलेलं आहे. त्याच्या लक्षात येईल, की सगळं किती चांगलं चाललं होतं आणि तो उगीचच किती काळजी करीत होता.

ज्याला नेहमी हे आठवतं, की मी कोण आहे आणि या पृथ्वीवर का आलो आहे, तो सुख आणि दुःख दोन्हींचा समभावानं स्वीकार करतो. ही गोष्ट एका कहाणीद्वारे समजून घेऊ या.

सूफी फकीर जुनैद यांचं आपल्या मुलावर फार प्रेम होतं. एका दुर्घटनेत अचानक त्यांच्या मुलाचा मृत्यू झाला. जुनैद यांनी अत्यंत शांततेने त्याच्या प्रेताचं दफन केलं. जुनैदच्या चेहऱ्यावर कोणत्याही प्रकारच्या दुःखाचं नामोनिशाण नव्हतं. मुलाच्या मृत्यूमुळे त्यांची पत्नी फार दुःखी झाली होती आणि जेव्हा तिनं जुनैदला चिंतारहित व अनासक्त असं बघितलं, तेव्हा त्यांच्या वागण्याचं तिला फार आश्चर्य वाटलं. त्यांच्या पत्नीला असं वाटत होतं, की ज्या मुलावर जुनैद फार प्रेम करीत होते, तो गेल्यावर ते फार दुःखी होतील. पण जुनैद असं काही वागत होते, जसं काही झालंच नाही.

जेव्हा सगळे लोक मृत्यूनंतरचे क्रियाकर्म करून निघून गेले, तेव्हा पत्नीला आपलं आश्चर्य लपविता आलं नाही आणि तिनं जुनैदला विचारलेच, 'आपण तर अजिबातच दुःखी वाटत नाही. मला तर या

गोष्टीची काळजी होती, की तो तुमचा फारच लाडका असल्यानं त्याच्या मृत्यूमुळे तुम्ही अगदी सैरभैर व्हाल.' जुनैद म्हणाले, 'क्षणभर का होईना, मलापण धक्का बसला होता, पण नंतर मला आठवलं, की मुलगा जन्मलाच नव्हता (पूर्वावस्था) तेव्हाही मी खूप आनंदी होतो. आज जेव्हा मुलगा राहिलाच नाही, तर यात दुःखी होण्यासारखं काय आहे? जसा मी त्याच्या येण्यापूर्वी होतो, तसाच आजही आहे. मुलगा तर एक पाहुणा होता, जो थोड्या वेळासाठी आला आणि निघून गेला. त्याच्या जन्मापूर्वी जर मी दुःखी नव्हतो, तर आता त्याच्या मृत्यूनंतर दुःखी का होऊ? ते तर एक स्वप्न होतं, जे आता भंगलंय. स्वप्न भंगल्यावर दुःख कशाचं?'

या क्षणभंगुर जगात आपल्याला सुख आणि दुःख या दोन्हींबाबत समभाव ठेवला पाहिजे. 'हेदेखील बदलेल' हे सूत्र आपण आत्मसात करायला हवं. जुनैद यांनी मुलाच्या मृत्यूवर तात्त्विक (योग्य) दृष्टिकोन ठेवला. ते समजून होते, की पूर्ण मानव-संसार हेच एक स्वप्न आहे, म्हणून मुलाच्या जन्माचा आनंद कुठला आणि त्याच्या मृत्यूचं दुःख कुठलं? जुनैद पूर्णावस्थेला गेलेले फकीर होते, म्हणून त्यांना माहीत होतं, की या जगात माणूस काही काळासाठी पाहुण्यांप्रमाणे येतो आणि नंतर इथून निघून जातो. जुनैदनी बाह्य परिस्थितीला आपल्या विचारांवर नकारात्मक परिणाम करण्याची परवानगी दिली नाही. त्यांना माहीत होतं, की परिस्थिती भलेही माणसाच्या नियंत्रणात नसेल, पण स्वतःच्या मानसिक दृष्टिकोनावर त्याचं पूर्ण नियंत्रण असतं.

काही चांगलं होतं तेव्हा वाटतं, की असंच चालत राहावं आणि काही वाईट घडतं तेव्हा इच्छा असते, की हे लवकरात लवकर बदलावं. हा मनुष्यस्वभाव आहे. पण जीवनाचा एक अतूट नियम आहे, 'प्रत्येक गोष्ट बदलतेय. प्रत्येक गोष्टीत परिवर्तन होतंय.' हा नियम सोडून प्रत्येक गोष्ट बदलते. हा नियम मात्र चिरंतन आहे. या नियमाची जाणीव आपल्याला सुखानंतर येणाऱ्या दुःखात धीर

देते आणि दुःखानंतर येणाऱ्या सुखात उत्तेजित होण्यापासून परावृत्त करते, तसंच अहंकारही वाढू देत नाही.

आपल्या जीवनात काही बदल झाला तर आपण लगेच घाबरून जातो. त्या बदलामागे असणाऱ्या नेमक्या कारणांचा शोध घेण्याचा प्रयत्न न करता आपण इतरांना दोष देतो. जर पहिल्यापासूनच आपण परिवर्तनासाठी तयार असलो, ते स्वीकारलं, तर आपल्याला ते त्रासदायक होणार नाही. ज्यांच्यावर आपण प्रेम करीत होतो, ते आपले नातेवाईक, मित्र यांचा स्वभाव बदलला, ते कुठे निघून गेले, कुणाची बदली झाली, कुणाचा मृत्यू किंवा दुर्घटना झाली, तर काही लोक हे सहन करू शकत नाहीत. जर आपल्याला याची जाणीव असेल, की परिवर्तन हा जगाचा नियम आहे, तर आपण त्यामुळे दुःखी, चिंतातूर वा व्याकुळ होणार नाही. उलट अशी समज असेल, की नवीन काहीतरी येईल, नवीन मित्र, नवे नातेसंबंध निर्माण होतील, नवीन नोकरी मिळेल, नव्या कंपन्या उघडतील, नव्या वस्तू निर्माण होतील. आपल्यामध्ये हा विश्वास निर्माण झाला, तर परिवर्तन आपल्यासाठी आनंदाचे कारण बनेल. मग आपण कायमच बदल आणि परिवर्तनाची तयारी ठेवाल, जीवनातील नवीन वळण शोधण्याचा प्रयत्न कराल. 'बदल सुंदर असतो' असा विचार करून या बदलाची तयारी आपण आधीपासूनच कराल आणि अशी तयारी आपल्याला सदैव आशावादी आणि संतुष्ट ठेवेल. नवीन परिवर्तनासाठी नवीन विधायक कामं पूर्णत्वाला जातील.

जो बदलाचा स्वीकार करतो, तोच आनंदी राहू शकतो आणि जो बदल स्वीकारत नाही, तो दुःखी होतो. त्यामुळेच **'हेसुद्धा बदलेल'** हा निसर्गाचा मंत्र सदैव लक्षात ठेवा. जगाचा हा कधीही न बदलणारा मंत्र (नियम) आहे.

येणाऱ्या संधीसाठी आपण प्रथमपासूनच जागृत राहा आणि योग्य ती समज ठेवून सर्वसाधारण विचार करून प्रत्येक बदलाचं स्वागत करा. आयुष्यात सकारात्मक विचारसरणी ठेवून संभावना विचारक (Possibility Thinker) बना. गतकाळाबाबत पश्चात्ताप न करता, येणारा काळ कसा असेल, हे पाहा. 'हेसुद्धा

बदलेल' हा मंत्र ध्यानात ठेवा. वर्तमानकाळात एका नव्या पद्धतीनं, नव्या विश्वासानं व नव्या साहसानं जगा.

ज्या अडचणी आज आपल्यासमोर आहेत, त्या एक वर्षानेसुद्धा असतील का? जर आपण आपल्या अडचणी एका कागदावर लिहून तो एका डब्यात ठेवला व एका वर्षाने उघडून बघितला, तर त्या अडचणी तशाच राहतील, की बदलतील? नक्कीच त्या बदललेल्या असतील.

या जाणिवेच्या आधारावर बघा, ज्या अडचणी आपल्याला वर्षभरापूर्वी होत्या, त्या अडचणी आजही आपल्या जीवनात आहेत, की बदलल्या आहेत? काही अडचणी तशाच असूही शकतील, पण म्हणून काय त्या आयुष्यभर तशाच राहतील? नाही. उशिरा का होईना, अडचणींचा शेवट हा होतोच. काही लवकर, काही वेळाने, पण सगळ्या बदलतातच. म्हणून प्रत्येक अडचणीत **'हेसुद्धा बदलेल'** या मंत्राचे स्मरण करा.

◆ मनन प्रश्न ◆

संत जुनैदच्या गोष्टीतून आपण काय शिकलात?

_____

_____

आपण या पृथ्वीतलावर पाहुणे आहोत, याची आठवण आपल्याला प्रत्येक दिवशी किंवा आठवड्यात किती वेळा येते?

_____

_____

जीवनात येणाऱ्या दुःखांकडे आपण कशी बघता?

_____

_____

जीवनात होणाऱ्या बदलांसाठी व परिवर्तनासाठी आपण नेहमी तयार असता का? जर 'हो' तर कशा पद्धतीने?

_____

_____

_____

_____

◆ आजचा संकल्प ◆

आज दुःखातसुद्धा समभाव ठेवायचा आहे.

❖ अध्याय २४ ❖

बारावी शक्ती-उदासीन उत्साहशक्ती

मायेबाबत अलिप्त असणारे – चुआंग त्सू

आपण जीवनात हे काय करून बसलो, त्याऐवजी खूप काही
करू शकलो असतो, हा विचार माणसाला सर्वांत त्रासदायक असतो.

- सॅम्युएल जॉन्सन

एका शेतकऱ्याच्या मनात विचार आला, 'हे सगळं चुकीचं होतंय, अशा प्रकारे बिनभरवशाच्या पावसावर अवलंबून चालणार नाही. दरवर्षी पिकाची पेरणी करायची असेल, तर विहीर खोदावीच लागेल.' मग त्याने विहीर खोदणे सुरू केले. दहा-पंधरा फूट खोदकाम झाल्यावर खोद कामादरम्यान अचानक 'खण्ण' असा आवाज आला. शेतकऱ्यानं खाली वाकून बघितलं, तर त्याला एक मोठा हंडा दिसला. सोन्याच्या मोहरांनी भरलेला तो हंडा मिळताच त्याच्या आनंदाला पारावार राहिला नाही. तो नाचायला लागला. कित्येक तास मोहरांवरून त्याची नजर बाजूला होत नव्हती. काही वेळानंतर त्याला तहान लागली, पण पिण्यासाठी आसपास कुठेही पाणी नव्हतं. कारण विहीर खोदण्याचं काम बंद झालं होतं.

मग मात्र त्याला जाणवलं, 'मोहरांनी भरलेला हंडा तर मिळाला, पण या मोहरा माझी तहान भागवू शकत नाहीत. पिकाला नियमित पाणी मिळावं, म्हणून शेतात विहीर खोदत होतो. तहान भागविण्यासाठी पाणी हवं होतं, पण मोहरा मिळण्याच्या आनंदात विहीर खोदायचंच विसरलोय. विहीर तर खणावीच लागेल, त्याच्याशिवाय शेतात पीक येईलच कसं?'

खरंच! आपल्या सर्वांची अवस्था अगदी या शेतकऱ्यासारखीच आहे. आपल्याला हा मनुष्यदेह कशासाठी मिळाला आहे, हेच आपण विसरून जातो. इंद्रियसुखरूपी मोहरांचा घडा मिळताच, आपण त्यात रंगून जातो. कानांनी मधुर संगीत ऐकतो, डोळ्यांनी सौंदर्य न्याहाळतो, जिभेचे चोचले पुरवतो, सुवासामुळे प्रसन्न होतो. कुणाच्या नाजूक, मुलायम स्पर्शाने सुखाचा अनुभव घेतो. इंद्रिय लालसेतच स्वतःला गुंतवून ठेवतो; पण स्वतःला जाणण्याचा कधी प्रयत्नच करत नाही. 'मी कोण आहे?' असा प्रश्न आपण स्वतःला कधी विचारतो का?

'मी' म्हणजे शरीर नाही. हे शरीर म्हणजे केवळ बाह्य आवरण आहे. यातच मग्न राहणं म्हणजे मोहरांनी भरलेला घडा सांभाळत राहणं. आपलं अंतिम ध्येय काय आहे? मानवाचं अंतिम यश कशात आहे? या बाबींचा आपल्याला कधीच विसर पडून चालणार नाही. आपलं अंतिम ध्येय आहे- आत्मसाक्षात्कार, मोक्ष, निर्वाण, कैवल्यावस्था प्राप्त करणं. म्हणजेच, तेजज्ञान प्राप्त करून त्या अवस्थेची आपल्या शरीराद्वारे अभिव्यक्ती करणं. यासाठी आपण उदासीन उत्साहशक्तीचा लाभ घ्यायचा आहे. चिनी तत्त्वज्ञानी चुआंग त्सू यांनी या बाराव्या शक्तीचा उपयोग आपल्या जीवनात केला.

उदासीन उत्साहशक्ती म्हणजे आपण जे काही काम करीत आहोत, ते उदासीन उत्साहानं करावं. आपण विचार कराल, शेवटी हा उदासीन उत्साह म्हणजे आहे तरी काय? तर ही अशी उदासीनता आहे, जी उत्साहातून आलेली आहे, जी स्वतःला जाणण्यातून आलेली आहे. खूप वेळा निराश होऊनसुद्धा

लोक उदासीन बनतात; परंतु रहस्य जाणल्यानंतर जी उदासीनता येते, ती त्याच उत्साहातून येते. हे समजण्यासाठी आपल्याला कामामध्ये उत्साह व फळाबाबत उदासीनता ठेवावी लागेल. ही अनासक्तीची शक्ती आहे. उदासीन उत्साह याचा अर्थ आम्ही करत असलेले काम उत्साहाने करायचे, परंतु त्याच्या फळाबाबत अलिप्त राहायचे. म्हणजे फळ मिळो अथवा ना मिळो, त्यामुळे आपल्याला कोणताही फरक पडता कामा नये. खरंतर सर्व आत्मसाक्षात्कारी लोकांनी ही शक्ती उपयोगात आणली आहे. आपणदेखील ही शक्ती उपयोगात आणायला सुरुवात करू या.

आपण निसर्गदत्तमहाराजांचे नाव ऐकले असेलच. निसर्गदत्तमहाराज आत्मसाक्षात्कारानंतरदेखील भजन म्हणत असत. एकदा त्यांना विचारलं, 'आत्मसाक्षात्कारानंतरही भजनाची गरज आहे का?' त्यावर ते म्हणाले, 'मला याबाबत माहीत नाही. गुरूंनी मला आज्ञा दिली होती, की दररोज भजन, कीर्तन करत जा, म्हणून मी ते सातत्याने करतोय. त्याच्यापुढची आज्ञा मला मिळाली नाही. कारण नंतर गुरूजींचा देहान्त झाला. असं ते का सांगू शकले, कारण ते फळामध्ये अडकून राहिले नाहीत. ते भजनांमुळे उत्साहित व्हायचे, पण फळात मात्र उदासीन राहिले.

रमण महर्षीसुद्धा आपल्या कार्याबाबत असेच उत्साहित असत, परंतु फळाबाबत अनासक्त राहत. लोक जेव्हा रमण महर्षींना भेटायला ते राहत असलेल्या टेकडीवर यायला लागले, तेव्हा त्यांनी तेथे आश्रम बांधला. हे बांधकाम सुरू असताना बहुतांश वेळा ते स्वतः आश्रमाच्या बांधकामाचा आढावा घेत. त्यांना प्रत्येक गोष्टीची माहिती होती. कारण त्यांचा उत्साह कामामध्ये होता आणि त्याच्या परिणामाबाबत ते उदासीन होते. 'अमुक एक काम होईल किंवा नाही? लोक येतील किंवा नाही?' अशा सर्व बाबींबाबतदेखील ते अनासक्त राहिले. आपल्यालादेखील हे रहस्य ज्ञात व्हायला हवं. फळाबाबत उदासीन राहिलं तर

फळ मिळणार नाही का? उलट फळ अजूनच चांगलं मिळेल. आपल्याला जीवनात जे-जे हवंय, ते सगळं मिळेल, पण प्रथम आपण फळाबाबत उदासीन व्हायला शिकायला हवं.

फळांमध्ये अडकून त्या शेतकऱ्यासारखं आपण आपल्या अंतिम ध्येयाला विसरून जातो. आपल्याला मोक्षप्राप्ती करून घ्यायची आहे, परंतु आपण मोहरारूपी हंड्यामार्फत संसारसुख मिळवण्याच्या मागे लागतो. ही गोष्ट ज्यांच्या कायम लक्षात असते, ते सांसारिक सुख आणि प्रलोभनांबाबत अलिप्त राहतात. जसं चिनी तत्त्ववेत्ते चुआंग त्सू राहायचे.

चुआंग त्सू यांना हे पक्के ज्ञात होते, की या जगात प्रत्येक गोष्ट नाशवंत व अस्थिर आहे, म्हणून माणसाला वस्तूंबाबत कोणत्याच प्रकारचा मोह नसावा. चुआंग त्सू एकदा रात्री स्मशानातून जात होते, तेव्हा त्यांना माणसाची एक कवटी मिळाली. त्यांच्यासाठी ती कवटी फारच किमती बनली. ती कशी हे या कथेद्वारे समजून घेऊ या.

चिनी तत्त्ववेत्ते चुआंग त्सू एकदा रात्री स्मशानातून जात होते, तेव्हा त्यांचा पाय एका वस्तूला धडकला. त्यांनी ती वस्तू बारकाईने बघितली, तेव्हा त्यांच्या लक्षात आलं, की त्यांचा पाय एका माणसाच्या कवटीवर पडला होता. त्यांनी लगेचच ती कवटी उचलली, आपल्या मस्तकाला लावली आणि म्हणाले, 'मला माफ कर. रात्रीच्या अंधारात नजरचुकीने पाय लागला. मी माफी मागतो.'

चुआंग त्सूंचे शिष्य हे पाहून आश्चर्यचकित झाले. त्यांनी विचारलं, की एका मेलेल्या कवटीची माफी का मागताहात? यावर चुआंग त्सू म्हणाले, 'हे बघा, तुम्हाला माहीत नाही, जर हा माणूस जिवंत असता, तर त्याने यासाठी माझी चामडी लोळवली असती. हे स्मशान श्रीमंतांचं असल्यामुळे हा माणूसही धनाढ्य असणार.'

चुआंग त्सू यांनी ती कवटी सांभाळून आपल्या झोळीत ठेवली. ते जिथे-जिथे जात असत, तिथे ते ती कवटी आपल्यासोबत घेऊन जात. दररोज सकाळी उठल्यावर ते त्या कवटीला नमस्कार करून माफी मागत असत. हे पाहून त्यांच्या शिष्यांना फार नवल वाटत असे.

शेवटी एके दिवशी शिष्यांनी त्यांना विचारलं, की 'तुम्ही ती कवटी आपल्यासोबत का बाळगता आणि दररोज सकाळी तिला नमस्कार का करता? ती कवटी तर निरूपयोगी आहे.' त्यावर चुआंग त्सू यांनी उत्तर दिलं, 'ही मानवी कवटी तुम्हाला निरूपयोगी वाटत असेल, पण माझ्यासाठी फार किमती आहे.' हे ऐकून शिष्यांना फार आश्चर्य वाटले आणि ते म्हणाले, 'आपल्यासाठी ही कवटी मूल्यवान कशी, हे तर आमच्या लक्षातच येत नाही.'

चुआंग त्सू यांनी हसतच उत्तर दिले, 'हे बघा, ज्यावेळी माझ्या मनात काही आसक्ती निर्माण होते किंवा अहंकार जागृत होतो, तेव्हा मी ही कवटी झोळीतून बाहेर काढून बघतो. ती बघितल्यानंतर मला आठवतं, की एक दिवस माझ्या शरीराचीदेखील अशीच अवस्था होणार आहे. माझी कवटीपण कधीतरी अशीच एखाद्या स्मशानात पडलेली असेल आणि अनोळखी माणूस ठोकर मारून जाईल. मग आसक्ती किंवा अहंकार कशासाठी? हे ऐकून शिष्यांना धडा मिळाला आणि त्यांचे डोळे उघडले.

आपण जर चुआंग त्सू यांच्याप्रमाणे ही गोष्ट प्रत्येक क्षणी लक्षात ठेवली, तर पृथ्वीवरचं आपलं जीवन सार्थकी लावण्याचा प्रयत्न करू.

आपण प्रापंचिक मोह आणि अहंकार यांपासून नेहमी दूर राहायला हवं. अहंकार जागृत झाल्यावर माया (मै आया) निर्माण होते. माणसाला ज्यावेळी फक्त आपल्या शरीराचीच ओळख असते आणि 'मी कोण आहे' या प्रश्नाचे उत्तर

तो विसरतो, तेव्हा त्याच्या मनात अहंकार उत्पन्न होऊन प्रापंचिक वस्तू आणि शरीराबद्दलची आसक्ती वाढायला लागते. वास्तविक, ज्या शरीराला आपण 'मी' मानून अहंकार करतो, त्याच्यावर आसक्त होतो, ते शरीर तर एके दिवशी चितेवर जळून खाक होणार आहे, मातीत मिळणार आहे. मग याच्याबद्दल आसक्ती किंवा अहंकार ठेवला तर फक्त मायेचा प्रचार होईल.

हा संसार म्हणजे जादूगाराचा खेळ आहे, ईश्वराची लीला आहे. जेव्हा ईश्वराची इच्छा होते, तेव्हाच या गोष्टी लक्षात येतात; अन्यथा या संसारालाच सत्य मानून आम्ही दुःखी जीवन जगत राहतो. हे रहस्य उलगडताच आपण मायेमध्ये अडकत नाही. मग जीवन एक प्रकारचा खेळ बनतो. जसं, अंधार-प्रकाश, सुख-दुःख, आशा-निराशा, यश-अपयश... यांसारख्या गोष्टीत आपण द्रष्टा होऊन उदासीन उत्साहशक्तीने जगू शकतो.

⇨

◆ **मनन प्रश्न** ◆

चुआंग त्सूच्या गोष्टीतून आपण काय शिकलात?

_____

_____

प्रापंचिक मोहात आपण आजसुद्धा किती अडकता?

_____

_____

माया (मै आया) केव्हा निर्माण होते? तिच्यापासून कसा बचाव कराल?

_____

_____

'उदासीन उत्साहशक्ती'वर लिखित मनन करा व ती जीवनात उतरवण्याचा निर्णय घ्या.

_____

_____

_____

_____

◆ **आजचा संकल्प** ◆

प्रलोभन, आसक्ती आणि अहंकार यांपासून आज दूर राहायचं आहे.

❖ अध्याय २५ ❖

कोरा कागद व्हा
संत तुलसीदासांचे मोहतेज जीवन

आपल्याजवळ प्रेम असेल, तर आपल्याला दुसऱ्या कोणत्याच गोष्टीची गरज नाही आणि जर आपल्याकडे प्रेम नसेल, तर बाकी काहीही असले, तरी त्याने काही फरक पडत नाही. - जेम्स बॅरी

ईश्वर आणि माणूस यांत काय फरक आहे? माणसाला कोऱ्या कागदावर सही मागितली, तर तो ती करणार नाही, पण जर ईश्वराला मागितली, तर तो म्हणेल, मी कोऱ्या कागदावरच सही करतो. मी मौन, शून्यामध्येच वास करतो. एवढाच काय तो माणूस आणि ईश्वर यात फरक आहे.

ईश्वराकडून सही घेणं आपल्याला शिकायचं असून, त्यासाठी आपण कोरा कागद बनायचं आहे. कोरा कागद म्हणजे विकारांपासून मुक्त असलेलं शरीर. ज्या शरीरात विकार नसतात, तिथं ईश्वराची सही स्वच्छपणे दिसते. कोऱ्या कागदावर ईश्वराची सही चमकत राहते. ईश्वर तर प्रत्येक कोऱ्या कागदावर सही करू इच्छितो, त्याला तर सगळ्यांनाच मार्गदर्शन करायचं असतं. पण त्यासाठी माणूस जितका कोरा (मोहापासून मुक्त) होतो, तितका आनंद प्रकट होतो.

खरा आनंद तर आपल्या अंतर्यामीच आहे, त्यासाठी आपल्याला आणखी कोणाकडून तो उसना घेण्याची आवश्यकता नाही; परंतु ही गोष्ट माहीत नसल्यानं आपण बाहेर आनंद शोधतो आणि यासाठी लोकांचे मिंधे होऊन जातो. पति-पत्नी जर एकमेकांचे मिंधे असतील, तर त्यांना एकमेकांच्या बंधनातच राहावं लागतं. 'जर आपण अमुक एका माणसाची गुलामी केली नाही, तर तो आपल्याला हव्या असणाऱ्या सुख-सुविधा देणार नाही' असा विचार करून सुखसोयींच्या प्राप्तीसाठी लोक इतरांचे मिंधे बनतात.

माणूस स्वतःला ज्या कोणाचे गुलाम बनवतो, त्याच्या हो ला हो मिळवून संपूर्ण आयुष्य बेहोशीत जगतो. लालसेमुळे माणूस लोकांकडून मिळणाऱ्या सोयी, प्रतिष्ठा आणि पैसा यांना सोडू शकत नसल्याने मिंधे बनून जगतो. दुसरीकडे जो माणूस आपल्या शरीरावर संयम ठेवतो, तो मिंधेपणाचे नाही तर मोहतेज (सन्मानाचे) जीवन जगतो. संत तुलसीदास यांनी मोहातून मुक्त होऊन मोहतेज जीवनाचा आनंद लुटला होता.

तुलसीदासांचं नुकतंच लग्न झालं होतं. ते पत्नी रत्नावलीवर अत्यंत प्रेम करत असत व तिच्याशिवाय एक दिवसदेखील राहू शकत नसत. एकदा त्यांची पत्नी माहेरी गेलेली असताना, त्यांना तिची फार आठवण आली आणि ते रात्रीच्या अंधारात व मुसळधार पावसात सासुरवाडीला निघाले. रस्त्यातील एक नदी पार करून तुलसीदासांना सासरी पोहोचायचे होते. जोराच्या पावसामुळे नावाडी नदी पार करायला तयार झाला नाही. दरम्यान तुलसीदासांना नदीत एक वस्तू वाहताना दिसली. त्यांना वाटलं, की एखादा ओंडका वाहतोय आणि त्याच्या आधारे त्यांनी नदी पार केली. नंतर त्यांना कळलं, की तो ओंडका नसून एका माणसाचं प्रेत होतं.

सासुरवाडीत पोहोचल्यानंतर त्यांनी बघितलं, की सर्वजण झोपले आहेत. त्यांनी अंगणात एक दोरी लटकताना बघितली आणि तिला

पकडून ते घरामध्ये गेले. आतमध्ये पोहोचताच त्यांच्या लक्षात आलं, की ज्याला ते दोरी समजले होते, तो खरंतर एक साप होता. आत जाऊन त्यांनी पत्नीला उठवलं, ती चकित झाली. किती अडचणींना तोंड देत ते तिला भेटण्यासाठी आलेत, याची पूर्ण हकिकत त्यांनी तिला सांगितली. ती ऐकून पत्नीच्या डोळ्यांत अश्रू आले. ती म्हणाली, 'माझ्यावर जितकं प्रेम करता, त्यातील दहावा हिस्सा जरी ईश्वरावर केला, तरी तुमचा इहलोक-परलोक सगळा सुधारेल आणि तुम्ही वैकुंठाचे धनी व्हाल.'

पत्नीचं असं बोलणं तुलसीदासांच्या मनाला इतकं भिडलं, की त्यांच्यात वैराग्य उत्पन्न झालं. त्यांनी आपलं जीवन श्रीरामाच्या भक्तीसाठी समर्पित केलं आणि 'रामचरितमानस'सारख्या अमर ग्रंथाची रचना केली.

कित्येकदा एखादी छोटीशी गोष्टसुद्धा माणसाचं जीवन बदलून टाकते. रत्नावलीच्या त्या विधानाने तुलसीदासांना अशी प्रेरणा मिळेल, हे त्यावेळी तिला ठाऊक नव्हतं. प्रत्यक्षात तिचा पती तर ईश्वरावरच प्रेम करू लागला.

आपण प्रापंचिक गोष्टींवर जितकं प्रेम करतो, तेच प्रेम जर आध्यात्मिक दिशेकडे वळवलं, तर बरंच काही होऊ शकतं. यासाठी केवळ प्रेमाची दिशा बदलायची आहे. एखाद्या माणसावर प्रेम करण्याऐवजी प्रत्येक माणसावर प्रेम करा, त्याच्या अंतर्यामी असलेल्या ईश्वरावर प्रेम करा. प्रपंचातील लोकांवर किंवा वस्तूंवर जे प्रेम असतं, ते खरंतर मोह किंवा आसक्ती या श्रेणीत येतं. खरं प्रेम तर ईश्वरावरच करता येतं.

माणसाला ज्यावेळी कोणाबद्दल आसक्ती वाटू लागते, त्यावेळी हा मोहरूपी पडदा जाणवत नाही, कारण असं कधी झालं, हे त्याला कळतच नाही. मोह प्रेमाच्या आड लपून बसतो व एक अदृश्य बंधन तयार करतो. काही लोकांच्या

बऱ्याचशा चुकीच्या वा वाईट सवयी सुटतात, पण केवळ मोहामुळे ते अडकून पडतात. आपल्याला मिंधेपणाचं नाही, तर मोहतेज जीवन जगायचं आहे.

मोहतेज म्हणजे मोह आणि तिरस्कार यांच्या पलीकडचं जीवन. मोह ओलांडला गेला, की मोहतेज जीवन सुरू होतं. पद, प्रतिष्ठा, खुर्ची, संपत्ती, लाभ, सुखसोयी यांबाबत मोह उत्पन्न झाला, की अहंकाराचा जन्म होतो. यामुळे माणसाला 'माझं स्थान, माझं घर, माझं नाव, माझं काम, इतरांपेक्षा जास्त श्रेष्ठ आहे, असा भ्रम होऊ लागतो. या भ्रमाचं मोहात परिवर्तन होतं आणि हा मोह आपल्याला हीन-दीन बनवतो म्हणून लाचार होऊ नका, मोहाचा त्याग करा.

आपल्या जीवनात डोकावून बघा, की मोहात आपण कधी-कधी अडकतो? हे प्रेम आहे, मोह नाही, असं आपल्याला वाटेल. पण हे खरंच प्रेम आहे, की मोह हे आपल्याला समजून घ्यायचंय. लोक तर प्रेमाच्या नावावर वासनांमध्ये, मोहात गुंतून जातात आणि वरवर हे प्रेम आहे असं म्हणतात. खरंतर ते खऱ्या प्रेमाचा अर्थसुद्धा समजून घेत नाहीत आणि प्रेमाची ग्वाही देत राहतात. अशा लोकांना सावध केलं जातंय, की अशा प्रकारच्या आसक्तीमध्ये अडकू नका. मोह असा एक सूक्ष्म विकार आहे, की तो विकार आहे, याची आम्हाला जाणीवच होत नाही.

मोहापासून मुक्ती मिळवणं, म्हणजे मोह त्याग करणं. पण मोहाचा त्याग कसा होणार? जेव्हा आपल्याला समजेल, की मोह मोती नसून माती आहे, तेव्हाच मोहाचा त्याग होईल. नाही तर प्रत्येक माणूस मोहाला मोत्याप्रमाणे मौल्यवान मानून पालनपोषण करून त्याला पुष्ट करतो. मोहाच्या झळाळीने माणूस आंधळा होतो. परिणामी आंधळाच आंधळ्याला सल्ला देतो आणि मोहरूपी मातीत सगळ्यांना गाडून टाकतो.

जेव्हा तेजज्ञानाच्या (ज्ञान आणि अज्ञान यांच्यापलीकडचे ज्ञान) प्रकाशात मोह मातीसारखा वाटू लागेल, तेव्हा अतिशय सहजपणे त्याचा त्याग करणं शक्य

होईल. मोहरूपी माती आपल्या ध्येयामधला अडसर आहे, म्हणून लवकरात लवकर मोहाला मोती समजणं थांबवा आणि खुल्या मनानं मोहाचा साक्षात्कार करा.

◆ मनन प्रश्न ◆

संत तुलसीदासांच्या गोष्टीतून आपण काय बोध घेतलात?

तुम्हाला मायेच्या दलदलीत कमळ बनावंसं वाटतं का? आपण मोहात केव्हा-केव्हा गुंतता?

ईश्वराची सही कोणत्या लोकांना मिळते?

आपण मोहताज (मिंधे) जीवन जगत आहात, की मोहतेज (स्वाभिमानी)? कशा प्रकारे?

◆ आजचा संकल्प ◆

आज आध्यात्मावर काही वाचायचे, लिहायचे आणि ऐकायचे आहे.

❖ अध्याय २६ ❖

ईश्वरावर अतूट विश्वास

ममतेची मूर्ती - मदर तेरेसा

आपण किती काम करतो, यापेक्षा आपण ते किती
प्रेमाने करतो, हे ईश्वर बघतो. - मदर तेरेसा

जीवनाच्या प्रत्येक वळणावर माणसाला मार्गदर्शनाची गरज भासते. मग ती बाल्यावस्था असेल, किशोरावस्था असेल, तारुण्य किंवा वृद्धापकाळ असेल. एखाद्या बालकाला आई-वडिलांच्या मार्गदर्शनाची, विद्यार्थ्याला शिक्षकाच्या, शिष्याला गुरूंच्या तर भक्ताला ईश्वराच्या मार्गदर्शनाची गरज भासते. माणसाला आई-वडील, शिक्षक यांचं मार्गदर्शन तर सहजपणे मिळतं. यामुळे त्याची निश्चितच प्रगती होते; पण जेव्हा त्याला दिव्य मार्गदर्शन प्राप्त होतं, तेव्हा त्याच्या जीवनात चमत्कार होतो, तो यशाची शिखरे पादाक्रांत करतो.

ईश्वर वेगवेगळ्या माध्यमांतून सतत माणसाला मार्गदर्शन करत असतो, पण आपण ते संकेत समजू शकत नाही. परिणामी आपण त्याच्या अमूल्य मार्गदर्शनापासून वंचित राहतो आणि जन्मभर कष्ट उपसत बसतो.

ईश्वर सदैव आपल्यासोबतच आहे यावर नेहमी विश्वास ठेवा. सुखात आणि दुःखातसुद्धा, माणसाच्या हृदयातच त्याचा वास आहे. अंतरात्म्यातील आवाजाच्या रूपाने तो संदेशदेखील देत असतो, पण मनामध्ये चालू असणाऱ्या विचारांच्या कलहात तो ईश्वराचा सौम्य आवाज ऐकू शकत नाही.

माणसाला वेगवेगळ्या प्रकारे मदत मिळत असते. या सगळ्यांचा खरा स्रोत एकच आहे, तो म्हणजे ईश्वर. इतर गोष्टी माध्यम स्वरूपात आहेत. देणारा मात्र ईश्वर, अल्लाह, भगवानच आहे. पण माध्यमांनाच स्रोत समजण्याची चूक आपण करतो. जसं आपल्याला नळातून पाणी मिळतं, पण त्यासाठी नळ फक्त माध्यम आहे. आपण जर थेट समुद्रातूनच पाणी घ्यायला लागलो, तर तिथे इतकं पाणी आहे, की आपली गरज संपेल, पण पाणी संपणार नाही. स्रोताजवळ प्रत्येक गोष्ट विपुल प्रमाणात असते. स्रोताकडून घेता-घेता आपण थकून जाऊ, पण स्रोत मात्र कधीच थकणार नाही. कारण तिथं प्रत्येक गोष्ट भरपूर प्रमाणात आहे.

खरी समस्या अशी आहे, की माणूस ईश्वराचं मार्गदर्शन घेण्यासाठी तयारच नसतो. जगातला प्रत्येक माणूस जर परमेश्वराकडून मार्गदर्शन घ्यायचं शिकला, तर फक्त त्याच्याच नाही, तर जगातील बहुतेक समस्या दूर होतील. म्हणून आपल्या प्रत्येक कामात ईश्वराला पहिल्या स्थानावर ठेवा. ईश्वरावर पूर्ण विश्वास ठेवला, की तो आपल्याला योग्य दिशा दाखवेल आणि आपल्या प्रयत्नांना यश देईल.

ईश्वर वेगवेगळ्या माध्यमांतून आपल्यापर्यंत संदेश पाठवत असतो. कधी एखाद्या मित्राचा सल्ला, आध्यात्मिक गुरूंचे शब्द, एखाद्या गाण्यातील शब्दांनी आपल्यापर्यंत संदेश पोहोचतो. खूप वेळा कुणाशी तरी विचारविनिमय करताना आपल्याला समस्येचं उत्तर मिळतं, तर कधी एखाद्या प्रवचनातून आपल्याला महत्त्वाच्या गोष्टीचं आकलन होतं.

ईश्वराची मदत (भक्ती) कशी करावी, म्हणजे तोही आपल्याला मदत करेल, हे सर्वप्रथम समजून घेणं महत्त्वाचं आहे. जेव्हा माणसामध्ये अहंकार पूर्ण

भरलेला असतो, तेव्हा तो म्हणतो, की 'नाही, प्रथम हे होऊ दे, मग मी ईश्वराला मानीन, नाहीतर मानणार नाही.' असा भाव-तोल करू नये. ईश्वराला अपेक्षित असलेला भाव अर्पण केला पाहिजे. ईश्वराला आपल्याकडून नेहमी दोन भावनांची अपेक्षा असते. एक विश्वासाची भावना आणि दुसरी प्रेमभावना. या दोन भावना प्रकट करण्यासाठीच माणूस पृथ्वीवर आला आहे. त्या प्रकट झाल्यानंतरच चमत्कार घडतात. विश्वासाचा भाव आपल्यात पहिल्यापासूनच अस्तित्वात आहे, फक्त प्रकट झालेला नाही. या विश्वासाला प्रकट करायचंय, जागृत करायचं आहे.

उदाहरणार्थ- आपल्या मनात काही चांगलं कार्य करायचा विचार येतो आणि आपण तयारीला लागतो; पण पहिली अडचण येताच आपण घाबरून जातो. आपण विचार करू लागतो, की 'कदाचित हे बरोबर नाही... कदाचित ही पद्धत योग्य नसावी... या-या गोष्टीने यश प्राप्त होणार नाही... कदाचित हे सर्व पूर्ण करू शकेन, इतका मी सक्षम नाही...' अशावेळी हा विश्वास ठेवा, की ईश्वराच्या मार्गदर्शनामुळेच नाविन्याचा विचार आपल्या मनात आलेला आहे, तो पूर्णत्वास नेण्याचं साधनही तोच देईल. आपणाला योग्य वेळी योग्य साधने आपोआप मिळत जातील. जेव्हा नव्या कामाचं मार्गदर्शन ईश्वरानं दिलेलं आहे, तर ते पूर्ण करण्याची व्यवस्थाही तो करेलच. ईश्वराचं मार्गदर्शन साकार करण्यासाठी आपलं काम तर निमित्त बनतं.

यासाठी दररोज ईश्वराची प्रार्थना करा, त्याच्याशी संवाद साधा. ईश्वर सर्व माणसांकडून हीच अपेक्षा करतो, की प्रार्थनेद्वारे ते त्याच्याशी बोलतील. जेव्हा आपण पूर्ण विश्वासाने व मनापासून प्रार्थना करता, तेव्हा ईश्वर आपलं म्हणणं जरूर ऐकतो.

मदर तेरेसा यांनी दीन-दुबळ्या लोकांची सेवा करण्याचा निश्चय केला होता. या कार्यात त्यांना अनेक अडचणी आल्या, पण ईश्वरावर त्यांचा पूर्ण विश्वास होता. या चांगल्या कामात ईश्वर पावलोपावली मदत करतोय, असंच त्यांना वाटायचं. ईश्वरावरील अतूट विश्वासामुळेच

त्यांनी इतकं मोठं कार्य यशस्वीरित्या पूर्ण केलं.

मदर तेरेसा रिकाम्या हाताने भारतात आल्या होत्या, परंतु त्यांच्या मनात दीन, दुःखी लोकांची सेवा करण्याचा मनसुबा होता. कोलकाता येथे त्यांनी आपलं सेवाकार्य सुरू केलं. त्यावेळी मदर तेरेसांची संस्था दहा हजार लोकांना दररोज जेवण देत होती. एके दिवशी त्यांच्याजवळचे सर्व धान्य संपले. त्या दिवशी कुणाला जेऊ घालण्यासाठी काहीही नव्हतं, म्हणजे दहा हजार लोक उपाशी राहणार होते.

जेव्हा सकाळी अधीक्षकांनी ही गोष्ट मदर तेरेसांना सांगितली, तेव्हा त्यांना धक्काच बसला. दीन, दुःखी लोकांची त्या सेवा करू शकणार नाहीत, असं पहिल्यांदाच घडलं होतं. पण ईश्वरावर त्यांचा पूर्ण विश्वास होता. त्यांनी अधीक्षकाला सांगितलं, की 'काळजी करू नका. ज्यानं भूक दिलीय, तो अन्नदेखील देईल.'

त्या दिवशी अंदाजे नऊ वाजता ब्रेडनी भरलेला एक ट्रक आश्रमाच्या समोर येऊन उभा राहिला. त्यावेळी राज्य सरकार दररोज गरीब वस्तीतील शाळकरी विद्यार्थ्यांना ब्रेडचा एक स्लाईस व पेलाभर दूध मोफत देत असे. पण त्या दिवशी शाळेला अचानक सुट्टी मिळाली व परिणामी सर्व ब्रेड मदर तेरेसांच्या आश्रमात पाठविण्यात आले. हे पाहून मदर तेरेसांनी ईश्वराला धन्यवाद दिले. त्यांनी ईश्वराप्रति कृतज्ञता व्यक्त केली. कारण दहा हजार लोकांना उपाशी राहण्यापासून वाचविण्यासाठी त्यानं शाळेला सुटी दिली होती.

कोणत्याही चांगल्या कार्यात ईश्वर आपल्याला नक्कीच मदत करेल, या गोष्टीवर पूर्णपणे विश्वास ठेवला पाहिजे. याचा अर्थ असा नाही, की आपण आपल्याकडून पूर्ण प्रयत्न न करता, हातावर हात ठेवून स्वस्थ बसायचे. ईश्वराची लीला अगाध आहे. तो कुठून आणि कशाच्या माध्यमातून मदत करेल, हे कोणालाही

समजत नाही. जेव्हा मदर तेरेसा यांना हे समजलं, की आश्रमात दीन, दुःखी, भुकेल्या लोकांना खाण्यासाठी काहीही नाही, तेव्हा त्यांना हे माहीत नव्हतं, की शाळा बंद राहतील आणि तिथे वाटण्यासाठी असणारे सर्व ब्रेड आश्रमात येतील; पण त्यांना या गोष्टीचा मात्र विश्वास होता, की ईश्वर कुठूनतरी व्यवस्था करेल आणि लोक उपाशी राहणार नाहीत. कोणतेही सत्कार्य, परोपकाराचं काम करीत असताना आपण ईश्वरावर पूर्ण विश्वास ठेवला पाहिजे, तो कोणत्या ना कोणत्या रूपाने मदत करणारच.

ईश्वराकडे प्रार्थना केल्यानंतर ती प्रत्यक्षात येण्यासाठी आपण त्यावर विश्वास ठेवला पाहिजे. ईश्वराबरोबर नेहमी होणाऱ्या संवादावर विश्वास ठेवा. आपल्यासाठी सर्वांत चांगलं काय आहे आणि ते आपल्याला कसं द्यायचं, हे त्याला योग्य प्रकारे माहीत असतं. माणसाच्या मनात अस्तित्वात असलेले नकारात्मक विचार आणि भाव प्रार्थनेच्या मार्गात अडसर बनून राहतात.

प्रार्थनेमध्ये म्हटले जाणारे सकारात्मक शब्द आपल्यामध्ये भक्तिभाव निर्माण करतात, जे आपल्याला आपल्या ध्येयाप्रत नेतात.

♦ मनन प्रश्न ♦

मदर तेरेसांच्या गोष्टीतून आपण काय बोध घेतलात?

_____
_____

ईश्वराकडून मार्गदर्शन मिळण्यासाठी आपण किती ग्रहणशील राहतो?

_____
_____

ईश्वर आपले म्हणणे केव्हा ऐकतो? आपल्याकडून विश्वास आणि प्रेम हे दोन भाव प्रकट होत आहेत का?

_____
_____

ईश्वर प्रत्येक क्षणी आपली मदत करीत असतो, याचा अनुभव आपण कधी घेतला आहे का?

_____
_____
_____

♦ आजचा संकल्प ♦

आज झोपण्यापूर्वी ईश्वराची प्रार्थना करून त्याला धन्यवाद द्यायचे आहेत.

❖ अध्याय २७ ❖

खरा श्रीमंत कोण

गुरू नानकांची शिकवण

सर्वकाही क्षणभंगुर आहे, यश आणि यशस्वीसुद्धा.

- मार्कस् ऑरेलियस

एक श्रीमंत व्यापारी गुरू नानक यांचा शिष्य होता. नानक नेहमी लोकांना सदाचार आणि नीतीमत्तेचा संदेश देत असत. पण हा लखपती शिष्य त्याच्याजवळ धनसंपत्ती व जमीन-जायदाद असल्याने गर्व करत असे.

दुसऱ्या शिष्यांनी त्याच्याबाबत नानकांकडे तक्रार करून सर्व हकिकत सांगितली. गुरू नानकांना आपल्या शिष्याचा हा अहंकार मुळीच आवडला नाही. त्यांनी त्याला धडा शिकवून ज्ञान देण्याचे ठरवले. प्रत्येक गुरू करत असलेले कर्तव्य नानकही करीत होते. ते आपल्या शिष्याला ज्ञान देऊन, अधिक चांगलं बनविण्यासाठी प्रयत्न करीत होते.

एके दिवशी त्या अहंकारी शिष्याला गुरू नानक म्हणाले, 'मी तुला एक सुई देतोय, ती सांभाळून ठेव. पुढच्या जन्मात तू जेव्हा मला भेटशील, त्यावेळी मला ती परत कर.' शिष्याने विचार न करताच ती ठेवून घेतली. वास्तविक, गुरू त्याला काय समजावून सांगण्याचा प्रयत्न करत आहेत, हे त्याच्या लक्षातच आलं नाही. मग काही वेळाने त्याला जाणीव झाली, की पुढच्या जन्मात आपण आपल्यासोबत सुई कशी नेणार आणि ती नानकांना कशी देणार? मनुष्याचा जेव्हा मृत्यू होतो, तेव्हा तो रिकाम्या हातानेच जातो आणि त्याच्या सर्व वस्तू मागेच राहून जातात.

असा विचार करून तो नानकांजवळ आला आणि सुई परत करत म्हणाला, 'गुरूजी, ही घ्या तुमची सुई. मृत्यूनंतर मी माझ्याबरोबर ही सुई कशी नेणार? आणि पुढच्या जन्मात कशी परत करू शकणार?' गुरू नानक त्या व्यापाऱ्याला हसत-हसत म्हणाले, 'जर तू तुझ्या मृत्यूनंतर इतकी छोटी सुईसुद्धा घेऊन जाऊ शकत नाहीस, तर मग ही इतकी धन-संपत्ती आणि जमीन-जायदाद, जिचा तुला इतका गर्व आहे, ती कशी घेऊन जाऊ शकतोस?'

अहंकारी शिष्याला शिकवण मिळाली आणि त्याने गुरू नानकांची क्षमा मागितली.

हा संसार क्षणभंगुर आहे आणि इथल्या सगळ्या गोष्टी इथेच राहणार आहेत. प्रत्यक्षात ज्या घराला आपण आपलं म्हणतो, ते घर इथंच पृथ्वीवर राहील आणि काही काळानं दुसऱ्या कुणाचं तरी होईल. ज्या शरीराला आपण आपलं म्हणतो, ते एक दिवस जळून राख होईल किंवा मातीत मिसळून जाईल. मग आपल्याला कोणत्याही गोष्टीचा अहंकार कशासाठी? आपल्याला प्रत्येक गोष्ट ईश्वरकृपेनेच मिळाली आहे, म्हणून खूप श्रीमंत झालो, तरी अहंकारी होण्यापेक्षा कृतज्ञ आणि नम्र व्हायला हवं, कारण ईश्वरानेच कृपेची दौलत आपल्याला मुक्त हस्ताने बहाल केली आहे.

धनदौलत ईश्वराची रचना आहे, निर्मिती आहे, विधायक पद्धत आहे. पैशामुळे जगात लोक एकत्र येऊन सहजपणाने देवाण-घेवाण करू शकतात. जी देवाण-घेवाण करावयाची आहे, ती सोपी करण्यासाठीच पैसा निर्माण केला गेला. हे समजून घेऊन पैशाला अभिशाप बनविण्यापेक्षा वरदान बनवा. श्रीमंती आली तर अहंकार वाढत जातो. अशा तऱ्हेने वरदान अभिशाप होऊन बसते. एक गोष्ट कायम लक्षात ठेवा, की पैसा आपल्यासाठी कधीही अभिशाप बनू देऊ नका. पैसा मिळताच अहंकाराने आपण इतरांचं नुकसान करू लागलो, कुणाचा पाय मागे खेचू लागलो, तर हे चूक आहे. याप्रकारे आपण एक वाईट सवय लावून घेत आहात आणि या वाईट सवयीमुळेच नंतर आपल्याला मोठी शिक्षा मिळते.

जो माणूस सत्याच्या मार्गावरून चालतो, त्याला पैशाबद्दल (योग्य) समज असणं फार गरजेचं आहे; अन्यथा त्याचा सगळा वेळ बाह्य गोष्टी सोडविण्यात निघून जातो आणि तो सत्याच्या मार्गावरून चालू शकत नाही. बरेचसे लोक पैसे मिळविण्यामागे लागले आणि पुन्हा सत्याच्या मार्गावर परतले नाहीत. कारण खूप पैसे मिळवूनही ते समाधानी नव्हते. अजून जास्त मिळविण्यासाठी ते जन्मभर पळतच राहिले. त्यांना असं कधीच वाटलं नाही, की त्यांनी भरपूर मिळवलंय आणि आता ते खरं उद्दिष्ट प्राप्त करण्यासाठी प्रयत्न करू शकतात. त्यांच्याजवळ असलेले पैसे त्यांना नेहमी कमीच वाटतात.

पुरेशा समजुतीअभावी माणूस खूप पैसा तर मिळवतो, तरीही नेहमी त्याला पैशांची कमतरता जाणवते. जास्त पैसे मिळवून कोणी श्रीमंत होत नाही, पैशाबाबतची योग्य समज मिळाल्यामुळेच तो श्रीमंत होतो. पैशांबाबतची समज येताच आपली पैशांची समस्या संपते. जास्त पैसे मिळवणं हेच पैशांची समस्या सुटण्याचं कारण आहे, अशा भ्रमात लोक आयुष्यभर जगत असतात. असे अनेक लोक आहेत, की जे खूप पैसे मिळवतात, पण पैशांची अडचण त्यांच्यामागे कायमच असते. जास्त पैसे मिळवणं, हेच जर समाधानाचं कारण असतं, तर ते आज अत्याधिक खूश असते, पण असं घडत नाही.

पैशांबाबतची समज (पैशाचा विनियोग कसा करावा व पैसे कसे खर्च करावे) आपल्याला श्रीमंत बनवते. काही लोक पैशालाच सर्वस्व मानून त्याला दडपून ठेवतात. अशा लोकांसाठी पैसा म्हणजेच सर्वकाही असल्यानं ते पैशालाच ईश्वर मानतात. त्यांच्यासाठी नातेसंबंधाची काहीही किंमत नसते.

या पृथ्वीतलावर केवळ पैशाचीच श्रीमंती आहे असे नाही. फक्त पैशाचीच संपत्ती मिळवून कोणी समृद्ध होत नाही. या जगात पैशाच्या समृद्धीशिवाय प्रेम, ध्यान, साहस, निर्भयता, आरोग्य यांची संपत्तीसुद्धा विद्यमान आहे. माणसाला हे वेगवेगळ्या प्रकारचं धन देण्यात आलंय. त्याने जर प्रेम, ध्यान, वेळ आणि साहस ही संपत्ती न मिळवता केवळ पैसे मिळवणं हेच आपले जीवन-ध्येय मानलं, तर आयुष्याच्या शेवटी त्याला पश्चात्तापच होतो. म्हणून आजपासूनच पैसे मिळवण्याबरोबरच प्रेमाची पुंजी, ध्यानाची दौलत, वेळेची संपत्ती, निर्भयतेची रोकड आणि आरोग्याची नाणी मिळविण्याचं रहस्य शिकून घ्यावं.

पैसा व्यवहारात सुलभता आणि सोयीसाठी आहे, पण लोक आज पैशाची ओळख विसरल्याने पैसा हेच ध्येय बनून राहिलंय. आता वेळ आली आहे, की पुन्हा एकदा पैशाबाबतची समज आत्मसात करण्याची व या महत्त्वाच्या निसर्गनियमाचा उपयोग करून स्वतःचा व इतरांचा विकास करण्याची.

पैशामागं धावणाऱ्या त्या पहिल्या माणसाला पकडायला हवं, असं जर ठरवलं, तर तो माणूस हे जग कधीचाच सोडून गेलाय, असं लक्षात येईल. पण आज तर पूर्ण जगात नुसती धावपळ चाललीय आणि खरी गोष्ट लोक विसरूनच गेलेत. पैशामागे धावणारे लोक जेव्हा पैसा मिळवतात, तेव्हा त्यांच्याबाबतीत काय होतं? त्यांना स्वतःला अचानक ध्येयहीन झाल्यासारखं वाटू लागतं. या मनःस्थितीत ते अजून जास्त पैसे मिळविण्याचं उद्दिष्ट ठरवतात. अशा तऱ्हेने ते पैसा हेच ध्येय असणाऱ्यांच्या आंधळ्या शर्यतीतही भाग घेतात.

पैसा मिळवणं हे गैर नाही, परंतु पैशाचा खरा उद्देश समजायला हवा.

पैशामुळे आपण काय मिळवणार आहोत, याबाबत सजगता येणं आवश्यक आहे. ही गोष्ट जर नेमकी समजली, तर पैसा आपल्याला आध्यात्मापासून दूर न नेता आध्यात्मवृत्तीत वाढच करेल. ज्या ध्येयासाठी आपल्याला मनुष्यजन्म मिळाला आहे, त्या ध्येयाप्रत पोहोचण्यासाठी पैसा आपल्याला मदतच करेल.

पैशाचा योग्य उपयोग करायला शिका. पैशानं आपल्याला वापरण्याऐवजी आपण पैशाला वापरायला हवं. निसर्गाचा महान नियम जाणून घेऊन फक्त धनसंपत्तीच मिळवू नका, तर धनाबरोबर ध्यान, ज्ञान, प्रेम, साहस आणि स्वास्थ्याची संपत्तीसुद्धा प्राप्त करा. वरील सर्व प्रकारची संपत्ती ज्याच्याजवळ आहे, तोच खरा श्रीमंत होय.

◆ मनन प्रश्न ◆

गुरू नानकाच्या गोष्टीतून आपण काय शिकलात?
_____
_____

खरी दौलत कोणती आहे?
_____
_____

ईश्वराकडून मिळालेल्या प्रत्येक गोष्टीसाठी आपल्या मनात कृतज्ञता आहे, की अहंकार वाढतो आहे?
_____
_____

आपल्या जीवनात पैसा वरदान बनला आहे, की अभिशाप? कशा प्रकारे?
_____
_____
_____
_____

◆ आजचा संकल्प ◆

जेथे गरज असेल, तेथे आज दान द्यायचे आहे.
(उदाहरणार्थ- आनंद, प्रेम, वेळ, पैसे, अन्न, श्रम, सेवा, सल्ला).

❖ अध्याय २८ ❖

स्वतःला कमी लेखू नका
उत्तम जवाहिर बना

आपल्याला जास्त शक्ती, पात्रता किंवा संधीची गरज नसते.
जे काही आपल्याजवळ आहे, फक्त ते उपयोगात
आणण्याची गरज असते. - बासिल वेल्श

मनुष्य जीवनाच्या धावपळीत इतका व्यस्त असतो, की त्याला स्वतःलाच समजून घेण्याची शुद्धही राहत नाही. कधीतरी थांबून तो आपल्याला जीवनात काय मिळालं आहे, याचा विचार करत नाही. अशा तऱ्हेने मनुष्य आपल्या जीवनाचं आकलन करून घेत नाही आणि योग्य मूल्यांकन तर कधीच करत नाही.

खरंतर या जगातील सर्व लोक कोणत्याही हिऱ्यापेक्षा कमी नाहीत. आपणसुद्धा कोणत्याही हिऱ्यापेक्षा कमी नाही, पण आपण स्वतःला काही वेगळं समजून बसलो आहोत. 'मी काही खास नाही' असं आपणच मानून घेतलंय. आपण स्वतःचीच किंमत जाणत नाही आणि स्वतःला योग्य महत्त्व देत नाही. त्यामुळे आपली स्वयंप्रतिमा (सेल्फ इमेज) बिघडून जाते. स्वयंप्रतिमा म्हणजे

आपण स्वतःबद्दल जो विचार करतो तो. खूप लोक स्वतःला सर्व ठिकाणी कमी प्रतीचंच समजतात. त्यामुळे त्यांची स्वयंप्रतिमा कमी दर्जाची होऊन बसते.

जसं, कोणत्याही घरात आपापसात वार्तालाप चाललाय. दिवाळीसाठी सर्वांना कपडे घ्यायचे आहेत, तर घरातील एक सदस्य म्हणतो, तुम्हाला हवं तर घ्या, मला कपडे नकोत. घरातील एकजण बूट खरेदीसाठी चालला आहे, तर कोणी अजून काही खरेदीसाठी निघाला आहे. तो माणूस स्वतःला कमी महत्त्वाचे समजतो. तो सर्वांना पैसे तर देतो, पण पैसे असूनदेखील स्वतःसाठी खर्च करत नाही.

स्वतःला आपण जसे समजतो, तसे घडत जातो. स्वतःच्या बाबतीत चांगला विचार करणे, चांगल्या गोष्टी अनुभवणे, यामुळे ज्या गोष्टी आपल्या जीवनात असायला हव्यात, त्या येतात. स्वतःला जाणून घेतल्यानं या समस्येचं निराकरण होतं.

जगामध्ये आपली खरी ओळख आपला चेहरा नसून गुण आहेत. आपल्या गुणांची वृद्धी करणे, ही दीर्घकालीन परंतु आवश्यक प्रक्रिया आहे. या प्रक्रियेचं जीवनात फार महत्त्व आहे. म्हणून आपल्यामध्ये सदोदित नवीन, चांगले गुण बाणवण्याची सवय लावा.

दररोज आपण खूप लोकांना भेटत असतो आणि त्यांचे बाह्य रूप बघून त्यांच्याबद्दलचं मत बनवतो. त्यानुसार त्यांना कमी किंवा जास्त महत्त्व देतो. अशा तऱ्हेने कुणाच्या बाबतीत लगेचच मत बनवणं योग्य नाही. प्रत्येक माणूस अमूल्य आहे. जर आपण त्या माणसाच्या बाह्य रूपात न अडकता, त्यांच्या अंतरंगात डोकावलो, तर आपल्याला त्याचं खरं मूल्य समजेल. हीच गोष्ट स्वतःच्या मूल्यांबाबतदेखील लागू होते. हे एका कहाणीद्वारे समजून घेऊ या.

थायलंडची राजधानी बँकॉकमध्ये बुद्धाची एक आठ फूट उंचीची मूर्ती होती. ती मूर्ती सिमेंटपासून तयार केलेली असल्याने लोक तिला

फारसं महत्त्व देत नसत. त्या मूर्तीमध्ये काही खास वा किमती नसल्याचं समजलं जात होतं. कित्येक वर्षांपर्यंत ती मूर्ती दुर्लक्षिली गेली.

नंतर एके दिवशी एका बौद्ध पुजाऱ्याला वाटलं, की बुद्धाची मूर्ती अशा तऱ्हेने दुर्लक्षित ठेवणे योग्य नाही. त्या वजनदार मूर्तीला त्यानं मंदिरात स्थापन करायचं ठरवलं. मूर्ती उचलताना मजुरांच्या बेपर्वाईने तिच्यात एक भेग पडली. मूर्ती मंदिरात स्थापन झाल्यानंतर एके रात्री पुजाऱ्याला मूर्तीत एका जागी चकाकी दिसली. पुजाऱ्याची उत्सुकता जागृत झाली आणि त्यानं जवळ जाऊन बघितलं. चकाकी सिमेंटच्या खालून येत होती. पुजाऱ्याने छिन्नी आणि हातोड्याने मूर्तीवरील सिमेंटचे आवरण पूर्ण काढून टाकले. यानंतर त्याचे डोळे विस्फारले गेले आणि तो गुंग होऊन गेला. कारण ती शुद्ध सोन्याची मूर्ती होती.

याबाबत नंतर कळलं, की काही शतकांपूर्वी ज्यावेळी थायलंडवर परकीय हल्ला होणार होता, तेव्हा बौद्ध पुजाऱ्यांनी त्या सोन्याच्या मूर्तीवर सिमेंटचे आवरण चढविलं होतं, जेणेकरून परकीय हल्लेखोर ती लुटून नेणार नाहीत. हल्लेखोरांनी सर्व बौद्ध पुजाऱ्यांना मारून टाकलं. त्यामुळे हे रहस्य शतकानुशतके अप्रकाशित राहिलं आणि मूर्तीची खरी किंमत ती समोर येईपर्यंत दिसली नाही.

माणूसदेखील आतून त्या सोन्याच्या मूर्तीसारखाच आहे. तो ईश्वराचा पुत्र असल्याने अतिशय मौल्यवान आहे आणि ते मूल्य नेहमी त्याच्या अंतर्यामीच असतं. भलेही मग ते बाहेरच्या लोकांना दिसलं नाही आणि त्यांनी उपेक्षा केली तरी.

लोक दररोज त्या सिमेंटच्या मूर्तीला बघत, पण ती अतिशय मौल्यवान आहे, हे कुणालाच माहीत नव्हतं. जगात हे असंच असतं. आपण दररोज अनेक लोकांना भेटत असतो, पण त्यांचे बाह्य रूप पाहूनच त्यांच्याविषयीचं आपलं मत

बनवून त्यांना कमी किंवा जास्त (महत्त्वाचे) ठरवतो. जर आपण प्रत्येक माणसाला पाहिल्यावर ती बुद्धमूर्ती आठवली, तर बाह्य आवरणामध्ये न अडकता आतमध्ये डोकावून पाहू, तेव्हाच आपल्याला त्याची खरी किंमत लक्षात येईल.

हा सिद्धान्त स्वतःच्या बाबतीत पण लागू होतो. आपण स्वतःला कधीही कमी लेखता कामा नये. कारण परमपिता ईश्वरानं आपल्याला त्याच्या प्रतिमेमध्येच बनवलंय. परंतु सोन्याच्या मूर्तीप्रमाणे हे रहस्य शतकानुशतके रहस्यच राहिलं. जेव्हा आपण शोध घेऊ, तेव्हा आपली खरी किंमत समोर येईल आणि तिला पाहून आपण आश्यर्चचकित होऊन जाऊ.

प्रत्येक माणसामध्ये सौंदर्य असतं, पण खूप वेळा ते दृष्टोपत्तीस येत नाही. संभावना सुप्त असते, परंतु ती ओळखता येत नाही. जर आपण सुप्त गोष्टी बारकाईने बघण्याची सवय लावून घेतली, तर जवळजवळ प्रत्येक माणसामध्ये सोन्याची मूर्ती बघू शकतो.

या जगामध्ये प्रत्येक वस्तू- मग ती लहान असो वा मोठी, निर्जीव असो की सजीव, सर्वांचं स्वतःचं असं महत्त्व आहे. ही समज गृहीत धरून सर्वांमध्ये अंतर्भूत असलेले गुण बघायला सुरुवात करा. अवगुणांकडे बघून माणसामध्ये दुबळेपणा येतो, म्हणून शक्यतो नकारात्मक गोष्टींकडे लक्ष देणे बंद करा. आपल्या चारही बाजूला पसरलेलं सौंदर्य शोधून त्याचं कौतुक करायला शिका.

जर आपण एक उत्तम जवाहिर (यशस्वी माणूस) होऊ इच्छिता, तर आपल्या व इतरांच्या आत लपलेल्या व हिऱ्याप्रमाणे असलेल्या सेल्फला (चैतन्याला) ओळखायचा प्रयत्न करा.

⇨

◆ मनन प्रश्न ◆

या गोष्टीवरून आपण काय बोध घेतला?

आपण केव्हा-केव्हा स्वतःला दुसऱ्यांपेक्षा कमी लेखता?

आपण लोकांचे बाह्य रूप बघून त्यांच्याबाबत मत बनवता, की त्यांचे आंतरिक सौंदर्य बघून?

आपण इतरांमध्ये गुण बघता की अवगुण? आतापर्यंत कोणत्या गुणांची ओळख झाली आहे?

◆ आजचा संकल्प ◆

आपल्यामध्ये असलेल्या सुप्त शक्यतांना आज जागृत करायचे आहे.

खंड २
दोन प्रेरक गोष्टी

❖ अध्याय २९ ❖
अखंड जीवन जगा
बोलणं आणि वागणं एकसारखं असावं

पहिल्यांदा आपली खोली नीट करा, नंतर जगाला नीट करा.
- जेफ जॉर्डन

जसं उमललेलं फूल लोकांचं मन मोहित करतं, भुंग्यांना आकर्षित करतं, वातावरण प्रसन्न करतं, स्वतःमध्येच संतुष्ट असतं; अगदी तसंच सर्व बाजूंनी विकसित झालेला व दिलखुलास असणारा माणूसदेखील लोकांचं मन आकर्षित करतो. असा माणूस समाजाच्या सन्मानाला पात्र होतो, आपल्या आसपासचं वातावरण आपल्या वागण्याने प्रफुल्लित करतो. तो स्वतःच समाधानी असतो, म्हणून असं घडतं. त्याचं जीवन अखंड असतं.

जो अखंड असतो, तो प्रामाणिक असतो. तो भाव, विचार, वाणी आणि क्रिया या चारही गोष्टी एकाच प्रकारे करतो. मी काय विचार केला होता, नंतर काय बोलणार आहे आणि काय क्रिया करणार आहे, याचा विचार करण्याची त्याला गरज पडत नाही.

माणूस जेव्हा आपल्या जीवनातील सरळपणा हरवून, लोभ व लालसेमध्ये आसक्त होऊन, धूर्ततेने लोकांबरोबर कपट करू लागतो, तेव्हा तो दुटप्पी जीवन जगतो. हत्तीच्या बाहेरच्या दातांप्रमाणे तो लोकांना दाखवित असतो. ते असतं त्याचं एक जीवन आणि दुसरं तो प्रत्यक्षात जगत असतो. दुटप्पी जीवन जगताना तो अखंडातून पाखंडी होत जातो. असं तुकडे झालेलं जीवन जगताना त्याला संघर्ष करावा लागतो आणि त्यामुळे तो नेहमी शारीरिक आणि मानसिक तणावांमध्ये राहतो.

दुटप्पी जीवन जगायला सुरुवातीला माणसाला चांगलं वाटतं, पण खूप लवकर त्याचं पितळ उघडं पडतं आणि तो पराभवाच्या खोल खड्ड्यात पडतो. दुटप्पी जीवन जगणारा, मायाजालात अडकलेला माणूस स्वतःचं नुकसान तर करून घेतोच, त्याचबरोबर कळत-नकळत इतरांनादेखील कपट करण्यासाठी प्रवृत्त करतो. असा माणूस आपल्या आजूबाजूच्या कितीतरी लोकांना गुन्हेगारीच्या दलदलीत घुसण्यासाठी 'प्रोत्साहन सूत्राचं' काम करतो.

जर आपण अखंड असाल, तरच योग्य निर्णय घेऊ शकता; अन्यथा अखंड जीवन कसं जगलं जातं, हे आपण एका कहाणीतून समजू या.

एका गावात एक साधूमहात्मा आले. ते खूपच चांगलं प्रवचन देत असत. त्यामुळे संपूर्ण गावकरी त्यांचे भक्त झाले. त्यांच्या सत्संगामुळे गावातल्या लोकांच्या वाईट सवयी सुटल्या आणि त्यांचं हृदयपरिवर्तनही झालं.

एके दिवशी एक म्हातारी आपल्या पाच वर्षांच्या नातवाला घेऊन साधूमहाराजांकडे आली. तिने साधूमहाराजांना सांगितलं, की तिचा नातू गूळ फार खातो. जर महाराजांनी त्याला समजावलं तर तो गूळ खाणं बंद करेल, कारण अति गूळ खाणं हे प्रकृतीसाठी चांगलं नाही. महाराजांनी तिला एका आठवड्यानं यायला सांगितलं.

जेव्हा म्हातारी एका आठवड्यानं आली, तेव्हा त्यांनी तिला एका महिन्यानं यायला सांगितलं. जेव्हा म्हातारी एक महिन्यानं आली, तेव्हा महाराजांनी नातवाला प्रेमानं मांडीवर बसवलं आणि त्याच्या डोक्यावर हात फिरवित म्हणाले, 'बेटा, जास्त गूळ खाणं चांगलं नसतं, म्हणून तू ते बंद कर.

म्हातारी आपल्या नातवाला घेऊन निघून गेली. जवळजवळ पंधरा दिवसांनी ती पुन्हा येऊन महाराजांना म्हणाली, 'आपण समजावल्यामुळं तो आता सुधारलाय. त्यानं गूळ खाणे कमी केलंय.' महाराज म्हणाले, 'हे तर फारच चांगलं झालं. पण असं वाटतं, की अजून काहीतरी अडचण आल्यानं तू पुन्हा इथे आली आहेस. म्हातारी म्हणाली, 'अडचण तर काही नाही, पण एक उत्सुकता आहे. मला हे कळलं नाही, की आपण माझ्या नातवाला जी गोष्ट समजावली, ती आपण त्याला पहिल्याच वेळी सांगू शकला असता. परंतु पहिल्यांदा आपण मला एका आठवड्यानं व नंतर एका महिन्यानं का बोलावलं, हे मी समजू शकले नाही.' महाराजांनी हसतच उत्तर दिलं, 'असं अशामुळं झालं, की मलापण गूळ फार आवडायचा आणि मीपण फार गूळ खात असे. जेव्हा मी स्वतःच जास्त गूळ खात होतो, तेव्हा जास्त गूळ न खाण्याबद्दल मी या मुलाला कसे अडविणार होतो? म्हणून पहिल्यांदा मला माझी सवय सुधारावी लागली. त्यामध्ये इतका वेळ गेला.' हे ऐकून म्हातारी नतमस्तक झाली.

आपलं बोलणं आणि वागणं यांमध्ये कोणतेही अंतर असता कामा नये. जी गोष्ट मनापासून सांगितली जाते, त्याचा थेट परिणाम समोरच्याच्या मनावर होतो. उलट, जी गोष्ट केवळ दिखाव्यासाठी सांगितली जाते, तिचा परिणाम तात्पुरता असतो आणि काही वेळानंतर ती विस्मरणात जाते.

साधूमहाराजांना जर वाटलं असतं, तर ते त्या मुलाला पहिल्या दिवशीदेखील समजावू शकले असते; परंतु ती सवय त्यांना स्वतःलाच असल्यानं, असं करणं योग्य ठरलं नसतं. प्रथम त्यांनी स्वतः गूळ खाणं बंद केलं. याचा अर्थ असा, की ते अखंड जीवन जगत होते. त्यांच्या भावना, बोलणं, विचार आणि क्रिया एकच होत्या. प्रथम त्यांनी स्वतःची सवय बदलण्यावर लक्ष केंद्रित केलं, नंतर दुसऱ्याला उपदेश केला. 'बहुतेक माणसं इतरांना उपदेश करण्यात हुशार असतात,' म्हणजे माणूस स्वतः तर सुधारत नाही आणि जगाला सुधारण्याचा उपदेश मात्र करत राहतात.

जर आपण विचार एका प्रकारचा करत असाल, बोलताना दुसरे बोलाल आणि करताना तिसरेच कराल आणि आपण असं करतोय, हे आपल्या लक्षातही येत नसेल, तर सावध व्हा. जसं- कोणीतरी माणूस 'हो' असं म्हणतोय, पण त्याची मान 'नाही'सारखी हलतेय. जेव्हा तो 'नाही' म्हणतोय, तेव्हा त्याची मान 'हो'सारखी हलतेय. अशा तऱ्हेने त्याची क्रिया आणि भावना यांचा ताळमेळ नसल्याने समोरचा माणूस संभ्रमात पडतो, की याला नक्की काय म्हणायचेय? त्याची मान एक गोष्ट सांगतेय आणि त्याचे शब्द वेगळंच काही सांगताहेत. तो विचार काही वेगळाच करतोय आणि त्याची भावना काही वेगळीच आहे. असा माणूस बनल्यास सर्वांचे अकल्याणच होते. म्हणून आपलं बोलणं आणि वागणं एकसारखं ठेवून अखंड जीवन जगा.

➡

◆ मनन प्रश्न ◆

साधूमहाराजांच्या गोष्टीतून आपण काय शिकलात?
_____
_____

आपलं बोलणं आणि वागणं एकसारखं आहे का? माणूस केव्हा प्रभावशाली म्हणजेच अखंड समजला जातो?
_____
_____

आपण केव्हा केव्हा लोभ आणि लालसा यांच्यामध्ये अडकून लोकांशी कपट करता?
_____
_____

आपले जीवन अखंड बनविण्यासाठी आपण कोणती महत्त्वाची पाऊले उचलाल?
_____
_____
_____

◆ आजचा संकल्प ◆
भाव, विचार, वाणी आणि क्रिया यात
अखंडपणा आणून आज कार्य करायचे आहे.

❖ अध्याय ३० ❖

तुझी इच्छा तीच माझी इच्छा
राजाचा भरवसा दैवावर, मंत्र्याचा विश्वास ईश्वरावर

आपण जर म्हणत असाल, की आपण चांगले आहात किंवा माझं सर्व काही चांगलं चाललं आहे, तर ईश्वर तुमचं म्हणणं ऐकेल आणि ते खरं करेल.
- एल्मा व्हीलर विलकॉक्स

एक राजा होता. त्याचा एक विश्वासू मंत्री नेहमी 'जे झालं ते चांगलं झालं' हा मंत्र पुनःपुन्हा उच्चारायचा. राजा जिथे कुठे जाईल, मंत्र्याला आपल्याबरोबर नेत असे. मंत्री आनंदी स्वभावाचा व आशावादी प्रवृत्तीचा होता. त्याच्या बाबतीत जे काही घडायचं, त्यावर तो म्हणायचा 'जे झालं, चांगलं झालं' (मला ज्याची गरज आहे, तेच हे आहे). या मंत्राच्या मदतीनं तो आनंदानं आपलं जीवन व्यतित करत होता. एके दिवशी एका घटनेमध्ये त्यानं राजासमोर हा मंत्र उच्चारला, तेव्हा राजा रागावला आणि त्याने त्या मंत्र्याला तुरुंगात डांबलं. ती अशी कोणती घटना होती आणि पुढे काय झालं? ते आपण राजाच्या गोष्टीतून जाणून घेऊ या.

एकदा राजा आपल्या मंत्र्याबरोबर शिकारीसाठी गेला. रस्त्यात नजरचुकीनं तलवारीनं राजाच्या हाताचं बोट कापलं गेलं. राजा दैवाला दोष देऊ लागला, की त्याच्याबाबतीत हे फार वाईट झालं. राजाचं म्हणणं ऐकून मंत्री म्हणाला, 'जे झालं, चांगलं झालं.' मंत्र्याचं म्हणणं ऐकून राजा रागावला. एक तर बोट कापल्याचं दुःख आणि त्यावर मंत्र्याचं असं बोलणं. राजानं लगेच मंत्र्याला तुरुंगात टाकण्याचा आदेश दिला.

काही दिवसांनी राजा पुन्हा एकदा शिकारीसाठी गेला. यावेळी तो दाट जंगलात सैनिकांपासून दूर निघून गेला. तिथे काही जंगली लोक आले आणि त्यांनी राजाला पकडले. पौर्णिमेच्या दिवशी देवीमातेला राजाचा बळी मिळणार असल्यानं ते लोक फार खूश होते. राजा परत आपल्या दैवाला दोष देऊ लागला. त्याला त्याच्या त्या मंत्र्याचीसुद्धा आठवण आली. तो विचार करू लागला, 'यावेळी तो मंत्री इथे असता, तर मला या लोकांच्या तावडीतून सोडविण्याऐवजी असंच म्हणाला असता, की 'जे काही होत असतं, ते आपल्या गरजेनुसारच होत असतं. बरं झालं मी त्याला तुरुंगात डांबलं.'

राजाला बळी देण्यासाठी तयार केलं जात असताना जंगली माणसांच्या पुजाऱ्यानं बघितलं, की राजाच्या हाताचं एक बोट कापलेलं आहे. त्यानं ताबडतोब बळीची तयारी थांबविण्याविषयी सांगितलं, कारण देवीला शरीरात काही त्रुटी असलेला बळी देता येत नाही.

अशा रीतीने राजा आपल्या तुटलेल्या बोटामुळं वाचला; अन्यथा त्या दिवशी त्या जंगली लोकांनी त्याचा निश्चितच बळी दिला असता.

जंगलातील लोकांनी राजाला सोडून दिले. राजा आनंदित होऊन आपल्या महालात परतला. त्याला त्याच्या मंत्र्याची आठवण झाली. त्यानं बोट कापल्यावर म्हटलं होतं, 'जे झालं, चांगलं झालं.' राजाच्या लक्षात आलं, की मंत्र्याचं म्हणणं बरोबर होतं. राजानं ताबडतोब त्या

मंत्र्याला सोडवलं आणि त्याची माफी मागत म्हणाला, 'आपण जे म्हणत होतात ते योग्य होतं. मी कारण नसताना आपल्याला तुरुंगात टाकले.' मंत्री म्हणाला, 'जे झालं चांगलं झालं.' राजाने आश्चर्यानं विचारलं, 'त्यावेळी माझं बोट तुटणं, तुला चांगलं वाटलं, हे तर मी समजलो, पण तुरुंगात डांबणं चांगलं कसं झालं?'

मंत्री हसतच म्हणाला, 'हे बघा महाराज, जर तुम्ही मला तुरुंगात टाकलं नसतं, तर मी आपल्याबरोबर शिकारीला आलो असतो आणि त्या जंगली लोकांनी आपल्याबरोबर मलाही पकडलं असतं. आपण तर तुटलेल्या बोटामुळे वाचला असता, परंतु त्या लोकांनी माझा बळी दिला असता. म्हणून मी म्हणालो, 'जे झालं, चांगलं झालं' (जे काही घडतं ते आपल्या गरजेनुसारच होते).

मंत्र्यानं राजाला पुढं सांगितलं, 'प्रत्येक घटना ईश्वराच्या इच्छेनेच होते. ईश्वर जे काही करतो, ते आपल्या भल्यासाठीच करतो. प्रत्येक घटना आपल्यासाठी ईश्वराचा प्रसादच आहे. या जगात कोणतीही घटना कारणाशिवाय होत नाही. म्हणून ईश्वरावर आपला पूर्ण विश्वास असला पाहिजे आणि आशावादी दृष्टिकोन ठेवून आनंदानं प्रत्येक घटनेला तोंड दिलं पाहिजं.

मंत्र्याचं हे बोलणं ऐकून राजा खूश झाला आणि त्यानं निश्चय केला, की इथून पुढे तोसुद्धा त्या मंत्र्याप्रमाणं प्रत्येक घटना ईश्वराचा प्रसाद असं समजेल.

माणसाबाबत ज्या घटना घडतात, त्या त्याच्या भल्यासाठीच असतात; परंतु तो त्यांच्यामध्ये लपलेल्या चांगुलपणाला समजू शकत नाही. जर माणूस आशावादी दृष्टिकोन आणि ईश्वरावर विश्वास ठेवेल, तर त्याला कळून येईल, की जीवनाची रचना फार सुंदर आहे आणि प्रत्येक गोष्ट त्याच्या चांगल्यासाठीच होतेय. आशावादी माणूस फक्त स्वतःच आनंदी राहतो असं नव्हे, तर इतरांनाही

आनंदी करतो; किंबहुना जीवनाचा खूप आनंददेखील घेतो. मंत्र्याचा घोशा 'जे झालं, चांगलं झालं' अशासाठी होता, की त्याला माहीत होतं, ईश्वर जे काही करतो, चांगल्यासाठीच करतो.

राजाचं बोट तुटलं तेव्हा त्याला हे माहीत नव्हतं, की प्रत्यक्षात कोणत्या गोष्टीची तयारी केली जात होती, पुढील दृश्य समोर आलं, तेव्हा त्याच्या लक्षात आलं. आपल्याबाबतही खूप वेळा असं होतं. जेव्हा घटना घडत असते, तेव्हा आपल्याला वाटतं, की 'हे किती चुकीचं चाललंय. मला या गोष्टीची जरूर नाही,' परंतु जो माणूस उच्च दृष्टीनं म्हणजे विहंगावलोकन (हेलिकॉप्टर, सर्वसमावेशक दृष्टिकोनातून) करत असतो, तो समजू शकतो, की मला ज्याची गरज होती, ते हेच आहे.

तात्पर्य, पुरेशी समज नसल्याने लोक त्यांच्याबाबत होणाऱ्या घटना समजू शकत नाहीत आणि दुःखी होऊन आयुष्य जगतात. या दुःखातून बाहेर येण्यासाठी त्यांना आकलनातून येणारे साहस (धैर्य) हवं. या घटनेची मला गरज आहे, असं मन जेव्हा मानणार नाही, तेव्हा मनाला म्हणायला हवं, 'मला हवं असलेलं, हे तेच आहे.' कधी ऑफिसमध्ये कोणी आपली कल्पना चातुर्याने स्वतःच्या नावावर खपविली आणि त्याला त्याचे पूर्ण श्रेय मिळाले, तेव्हाही आपण हे लक्षात ठेवा आणि मनात म्हणा, की 'मला गरज असलेले हे तेच आहे.' वास्तविक मन तर म्हणेल, 'याची गरज आहे असं मला वाटत नाही.' परंतु भविष्यात पुढे काय होणार आहे, याचे ज्ञान मनाला नाही.

आपण प्रत्येक घटना, प्रत्येक त्रास यांना हसत-खेळत तोंड देतो, तेव्हा ईश्वराला हे सांगत असतो, की 'तू माझ्या बाबतीत जे करतो आहेस, ते योग्य करतो आहेस, म्हणून मी आनंदी होतोय. तुझ्या इच्छेत मी आनंदी आहे. तुझी इच्छा हीच माझी इच्छा आहे. माझा तुझ्यावर पूर्ण विश्वास आहे, तू माझ्यासाठी जे काही करशील, ते चांगलंच करशील. तुझी इच्छा तीच माझी इच्छा!

⇨

◆ मनन प्रश्न ◆

राजा आणि मंत्र्याच्या गोष्टीतून आपण काय शिकलात?

_____

_____

आपण प्रत्येक घटना, प्रत्येक समस्येत आनंदी राहू शकता का? आपण दैवाच्या भरवशावर राहू इच्छिता, की ईश्वराच्या विश्वासावर?

_____

_____

'हे तेच आहे' (This is that) या शक्तिशाली मंत्राचा उपयोग केल्यामुळे आपल्याला आपल्या जीवनात कोणते लाभ मिळणार आहेत किंवा मिळत आहेत?

_____

_____

प्रत्येक घटना आपल्यासाठी ईश्वराचा प्रसाद कसा आहे?

_____

_____

_____

◆ आजचा संकल्प ◆

आज दिवसभरातल्या प्रत्येक घटनेत 'हे तेच आहे, ज्याची मला गरज आहे' या मंत्राचा उपयोग करायचा आहे.

हे पुस्तक वाचल्यानंतर आपला अभिप्राय कृपया या पत्त्यावर अवश्य पाठवा.
Tej Gyan Global Foundation,
Pimpri Colony Post Office, P.O. Box 25, Pune - 411017. Maharashtra (India).

परिशिष्ट

'सरश्री' द्वारे रचित इतर पुस्तकं

आत्मविश्वास आणि आत्मबळ
How to gain Self Confidence

पृष्ठसंख्या : २०० । मूल्य : ₹ १६०

Also available in Hindi

'व्यक्तिमत्त्व विकास' हा आजच्या जगातला परवलीचा शब्द! पण व्यक्तिमत्त्व विकास म्हणजे केवळ बाह्यविकास नसून 'आत्मविकास' हीच त्याची पहिली पायरी आहे. आत्मविकास साधण्यासाठी अनिवार्य असणारा गुण म्हणजे 'आत्मविश्वास'.

प्रस्तुत पुस्तक केवळ विद्यार्थ्यांसाठी किंवा आत्मविश्वासाचा अभाव असणाऱ्यांसाठी लिहिलं नसून, विश्वातल्या प्रत्येक मनुष्यासाठी या पुस्तकाची निर्मिती करण्यात आलीय. विद्यार्थी, शिक्षक आणि गृहिणी यांपासून ते व्यावसायिकांपर्यंत आणि आजच्या युवापिढीपासून ते आध्यात्मिक मार्गावर वाटचाल करणाऱ्या साधकांपर्यंत सर्वांसाठी हे पुस्तक म्हणजे यशाचा पासवर्डच!

या पुस्तकात वाचा –

- आत्मविश्वास म्हणजे काय?
- आपली खरी ओळख काय?
- आत्मविश्वास प्राप्त करण्याच्या मार्गातील अडथळ्यांवर मात कशी करावी?
- विश्वासाच्या शक्तीने जग कसं जिंकाल?
- विश्वातील कोणतंही कठीण काम पूर्ण करण्याचा आत्मविश्वास कसा प्राप्त करावा?
- आत्मविश्वास आणि अहंकार यात फरक काय?
- विचारांना आणि भावनांना दिशा कशी द्यावी?
- संकल्पशक्ती, एकाग्रता आणि वर्तमानात जगण्याची कला आत्मसात कशी कराल?

महापुरूषांच्या लेखणीतून

विश्व विचारक महावाक्य

पृष्ठसंख्या : २४० । मूल्य : ₹ १६०

Also available in English & Hindi

महान विभूतींच्या लेखणीतून साकार झालेली महावचनं, सुविचार किंवा म्हणी म्हणजे जणू ज्ञानाचं भांडार. असीमाला सीमित करण्याचा एक सुंदर प्रयास. घागरीमध्ये सागर सामावून घेण्याच्या कलेचं हे एक अनुपम असं उदाहरण. कारण ही वचनं, निराशेनं आणि निरूत्साहानं ग्रासलेल्या जीवनाला आशेच्या किरणांनी उजळून टाकतात.

महान विचारवंतांचे अनुभव जेव्हा लेखणीद्वारे कागदावर शब्दरूपात उतरतात तेव्हा ते नवक्रांती घडवू शकतात. त्या अनुभवांच्या अर्कातून समाजाला युगानुयुगे लाभ मिळत असतो, एक नवी दिशा मिळते. या अनुभवसिद्ध विचारांमध्ये प्रचंड शक्ती सामावलेली असते.त्याचप्रमाणे प्रस्तुत पुस्तकातील या वचनांमध्येही नवनिर्माणाचं बीज सामावलेलं आहे. याचाच अर्थ, एका विचारातही जग बदलण्याची शक्ती असते.

केवळ एका वाक्यात ज्ञानाचं भांडार सामावणारे हे सुविचार माणसाला समृद्ध करू शकतात, सद्‌गुणांची खाण बनवू शकतात. सुविचाररूपी आशेचे हे छोटेसे किरण म्हणजे आयुष्याची धनसंपदाच नव्हे का? प्रस्तुत पुस्तकाचा लाभ घेऊन आपलं जीवन समृद्ध करूया, ज्ञानरूपी सूर्यापर्यंत पोहोचूया...

एक अल्प परिचय सरश्री

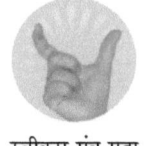

स्वीकार मंत्र मुद्रा

सरश्रींचा आध्यात्मिक शोध त्यांच्या बालपणापासूनच सुरू झाला होता. हा शोध सुरू असताना त्यांनी अनेक प्रकारच्या पुस्तकांचा अभ्यास केला. त्याचबरोबर आपल्या आध्यात्मिक शोधात मग्न राहून त्यांनी अनेक ध्यानपद्धतींचा अभ्यास केला. त्यांच्या या शोधाने त्यांना अनेक वैचारिक आणि शैक्षणिक संस्थांमध्ये जाण्यासाठी प्रेरित केले.

सत्यप्राप्तीच्या शोधासाठी जास्तीत-जास्त वेळ देता यावा, या तीव्र इच्छेने त्यांना, ते करत असलेले अध्यापनाचे कार्य त्याग करण्यास प्रवृत्त केले. जीवनाचे रहस्य समजण्यासाठी त्यांनी बराच काळ मनन करून आपले शोधकार्य सतत सुरू ठेवले. या शोधाच्या शेवटी त्यांना 'आत्मबोध' प्राप्त झाला. आत्मसाक्षात्कारानंतर त्यांना जाणवले, की सत्यापर्यंत पोहोचण्याच्या प्रत्येक मार्गांत एकच सुटलेली कडी (मिसिंग लिंक) आहे आणि ती म्हणजे 'समज' (Understanding).

सरश्री म्हणतात, 'सत्यप्राप्तीच्या सर्व मार्गांचा आरंभ वेगवेगळ्या प्रकारे होतो, परंतु सर्वांचा शेवट मात्र 'समजे'ने होतो. ही 'समज'च सर्व काही असून, ती स्वतःच परिपूर्ण आहे. आध्यात्मिक ज्ञान प्राप्तीकरिता या 'समजे'चे श्रवणसुद्धा पुरेसे आहे' हीच 'समज' प्रदान करण्यासाठी सरश्रींनी 'तेजज्ञानाची' निर्मिती केली. तेजज्ञान ही आत्मविकासातून आत्मसाक्षात्कार प्राप्त करण्याची संपूर्ण ज्ञानप्रणाली आहे.

सरश्रींनी दोन हजारांहून अधिक प्रवचन दिले आहेत आणि ऐंशीपेक्षा जास्त पुस्तकांची रचना केली आहे. ही पुस्तके दहापेक्षा अधिक भाषांमध्ये रूपांतरित केली गेली असून, पेंगुइन बुक्स, हे हाऊस पब्लिशर्स, जैको बुक्स, हिंद पॉकेट बुक्स, मंजुल पब्लिशिंग हाऊस, प्रभात प्रकाशन, राजपाल अ‍ॅण्ड सन्स इत्यादी प्रमुख प्रकाशन संस्थांद्वारा प्रकाशित केली गेली आहेत. सरश्रींच्या शिकवणीने लाखो लोकांच्या जीवनात परिवर्तन घडलं आहे. तसेच संपूर्ण विश्वाची चेतना वाढविण्यासाठी कित्येक सामाजिक कार्यांची सुरुवातही केली आहे.

तेजज्ञान फाउंडेशन परिचय

तेजज्ञान फाउंडेशन आत्मविकासातून आत्मसाक्षात्कार प्राप्त करण्याचा एक मार्ग आहे. यासाठी सरश्रींद्वारा एक अनोखी बोधप्रणाली (System for Wisdom) निर्माण झाली आहे. या प्रणालीला आंतरराष्ट्रीय प्रमाणपत्राद्वारे ISO 9001:2008 च्या आवश्यकतेनुसार आणि निकष पडताळून सरळ, व्यावहारिक आणि प्रभावी बनवलं गेलं आहे.

या संस्थेच्या प्रबोधनपद्धतीच्या भिन्न पैलूंना (शिक्षण, निरीक्षण आणि गुणवत्ता) स्वतंत्र गुणवत्ता परीक्षकांद्वारे (Quality Auditors) क्रमबद्ध पद्धतीने पडताळलं गेलं. त्यानंतर या पैलूंना ISO 9001:2008 साठी पात्र समजून या बोधपद्धतीला हे प्रमाणपत्र प्रदान करण्यात आलं.

या फाउंडेशनचे लक्ष्य आहे नकारात्मक विचारांकडून सकारात्मक विचारांकडे वाटचाल. सकारात्मक विचारांकडून शुभ विचारांकडे म्हणजे हॅपी थॉट्सकडे प्रगती. शुभ विचारांकडून निर्विचार अवस्थेकडे मार्गक्रमण आणि निर्विचार अवस्थेच्या अंती आत्मसाक्षात्कार प्राप्ती. 'मी सर्व विचारांपासून मुक्त व्हावे' हा विचार म्हणजे शुभ विचार (हॅपी थॉट्स). 'मी प्रत्येक इच्छेपासून मुक्त व्हावे', अशी इच्छा म्हणजे शुभ इच्छा.

तेजज्ञान म्हणजे ज्ञान व अज्ञान या दोहोंच्या पलीकडचे ज्ञान. पुष्कळ लोक सामान्य ज्ञानाच्या (General Knowledge) माहितीलाच ज्ञान मानतात. परंतु अस्सल ज्ञान आणि नुसती माहिती यांत फार मोठे अंतर आहे. आजमितीला लोक सामान्य ज्ञानाच्या

उत्तरांनाच जास्त महत्त्व देतात. अशा ज्ञानाचे विषय म्हणजे कर्म आणि भाग्य, योग आणि प्राणायाम, स्वर्ग आणि नरक इत्यादी. आजच्या युगात सामान्यज्ञान प्राप्त करणारे लोक, शिक्षक मोठ्या प्रमाणावर आहेत; परंतु हे ज्ञान ऐकून जीवनात परिवर्तन घडून येत नाही. असे ज्ञान म्हणजे केवळ बुद्धिविलास आहे किंवा अध्यात्माच्या नावावर चाललेला बुद्धीचा व्यायाम आहे.

सर्व समस्यांवरील उपाय आहे तेजज्ञान. क्रोध, चिंता आणि भय यांपासून मुक्त जीवन म्हणजे तेजज्ञान. शारीरिक, मानसिक, सामाजिक, आर्थिक आणि आध्यात्मिक प्रगतीचा, सर्वांगीण प्रगतीचा मार्ग आहे तेजज्ञान. तेजज्ञान आपल्या अंतरंगात आहे. येथे या आणि या गोष्टीचा अनुभव घ्या.

आपल्याला असे ज्ञान हवे आहे, की जे सामान्य ज्ञानापलीकडे आहे, जे प्रत्येक समस्येवरील उत्तर आहे, जे प्रत्येक समजुतीपासून, गृहीत धारणांपासून आपल्याला मुक्त करते, ईश्वरी साक्षात्कार घडविते, अंतिम सत्यात स्थापित करते. आता वेळ आली आहे शाब्दिक, सामान्यज्ञानातून बाहेर येऊन तेजज्ञानाचा अनुभव घेण्याची!

आजवर जप-तप, तंत्र-मंत्र, कर्म-भाग्य, ध्यान-ज्ञान, योग-भक्ती असे अनेक मार्ग अध्यात्मात सांगितले आहेत. या सर्व मार्गांनी प्राप्त होणारी अंतिम समज, अंतिम ज्ञान, बोध एकच आहे. अंतिम सत्याच्या शोधकाला, साधकाला शेवटी जी एकच 'समज' प्राप्त होते, ती 'समज' श्रवणानेसुद्धा प्राप्त होऊ शकते. अशा समजप्राप्तीसाठी श्रवण करणे यालाच तेजज्ञान प्राप्त करणे म्हटले गेले आहे. तेजज्ञानाच्या श्रवणाने सत्याचा साक्षात्कार घडतो, ईश्वरीय अनुभव मिळतो. हेच तेजज्ञान सरश्री महाआसमानी शिबिरात प्रदान करतात.

महाआसमानी शिबिर (निवासी)

आपल्या मनात सत्यप्राप्तीची तृष्णा, आकांक्षा असेल, तर महाआसमानी शिबिरात आपलं स्वागत आहे. येथे या समजेत आपल्याला सहभागी केलं जातं.

महाआसमानी शिबिरात अस्सल अध्यात्म आणि सरळ सत्य यांविषयी तीन भागांत सांगितलं जातं. १) प्रत्येक क्षण वर्तमानात जगणं. वर्तमान म्हणजे न भूतकाळाचं ओझं, न भविष्याची चिंता. २) 'मी कोण आहे' हे अनुभवाने जाणणं. ३) स्वानुभवात स्थापित होणं. हे शिबिर संपूर्णतः सरश्रींच्या मार्गदर्शनावर आधारित आहे.

स्वबोध म्हणजे 'आपण वास्तवात जे आहोत' हे जाणण्यासाठी आलेले सर्व लक्ष्यार्थी महाआसमानी शिबिराचा लाभ घेतात. हे शिबिर वर्षातून सात ते आठ वेळा घेतलं जातं, त्याचा फायदा हजारो लोक आज घेत आहेत.

प्रत्येक सत्यप्रेमीने चेतनेची दौलत वाढविण्यासाठी, तसेच अंतिम सफलता प्राप्त करण्यासाठी हे शिबिर करणं अनिवार्य आहे. महाआसमानी शिबिरात ईश्वरीय ज्ञान (Self Realisation) प्राप्त झाल्यानंतर आपण पूर्वी जसे होता तसे राहात नाही. सर्व काही बदलतं. नकली आनंदापासून दूर राहून आपण खऱ्या आनंदपथावर वाटचाल कराल.

महाआसमानी ज्ञान मिळवण्याची तयारी प्रत्येक सत्यशोधक आपल्या जवळच्या तेजस्थानावर जाऊन करू शकतो. आपण महाआसमानी शिबिराची तयारी फाउंडेशनमध्ये उपलब्ध असलेल्या पुस्तक, सी.डी. आणि कॅसेट्सच्या श्रवणाद्वारे करू शकता. याव्यतिरिक्त टीव्ही आणि रेडिओद्वारे सरश्रींच्या प्रवचनांचा लाभही घेऊ शकता. पण

एक गोष्ट मात्र आवर्जून लक्षात ठेवावी लागेल, पुस्तक, कॅसेट्स, टीव्ही, रेडिओवरील प्रवचनं म्हणजे तेजज्ञान नसून केवळ शिबिराचा परिचय आहे. तेजज्ञानाचा आनंद आपण महाआसमानी शिबिरात सहभागी होऊनच मिळवू शकाल.

महाआसमानी शिबिराची तयारी खालील तेजस्थानांवर करून घेतली जाते. पुणे, सांगली, कोपरगाव, बार्शी, सातारा, जळगाव, अहमदाबाद, कोल्हापूर, नाशिक, अहमदनगर, औरंगाबाद, जुनागड, बारामती, मालेगाव, मुंबई, नागपूर, दिल्ली, हैदराबाद, भोपाळ, रायपूर, चेन्नई.

आपण महाआसमानी शिबिरामध्ये भाग घेऊन आपला सत्याचा शोध पूर्ण करू शकता. या शिबिरासाठी भोजन आणि राहण्याची व्यवस्था केली जाते (यासाठी आपल्याला मनन आश्रम, पुणे येथे येऊन राहावे लागते).

आपल्याला जर काही शारीरिक व्याधी असेल आणि तिच्यासाठी आपण नियमितपणे औषध घेत असाल तर कृपया येताना आपली औषधे सोबत आणावी. वातावरणानुसार गरम कपडे, स्वेटर, ब्लँकेटही आणावे.

पुणे सेंटर : (रजिस्टर्ड पत्ता)
विक्रांत कॉम्प्लेक्स, तपोवन मंदिराजवळ, पिंपरी,
पुणे – ४११ ०१७. फोन : 020-27411240, 27412576

मुंबई सेंटर : ५०३, सिद्धी बिल्डिंग, कांदिवली स्टेशनजवळ, अकुर्लीरोड,
कांदिवली ईस्ट, मुंबई – ४०० १०१ फोन : 9322171307

दिल्ली सेंटर : बायहार्ट तेजस्थान, ४४, अनंत राम कॉम्प्लेक्स, सेक्टर १३,
आर. के. पुरम, न्यू दिल्ली – ११० ०६६.
फोन : 011-32951210, 09891059875

आगामी महाआसमानी (निवासी) शिबिरामध्ये आपले स्थान आरक्षित करण्यासाठी त्वरित संपर्क करा – 09921008060, 09011013208

महाआसमानी (निवासी) शिबिर 'मनन आश्रम' येथे आयोजित केले जाते. हा आश्रम पुणे शहराच्या बाह्य क्षेत्रात पर्वत रांगामध्ये आणि असीम नैसर्गिक सौंदर्यामध्ये वसलेला आहे. या आश्रमामध्ये महिलांसाठी व पुरुषांसाठी वेगवेगळी अशी स्वतंत्र व्यवस्था असून एकूण ७०० ते ८०० लोकांच्या निवासाची व्यवस्था आहे. हा आश्रम पुणे शहरापासून १७ कि.मी. अंतरावर आहे. पुण्याला पोहचण्यासाठी महामार्ग, रेल्वे तसेच विमान वाहतूकीची व्यवस्था सहज उपलब्ध आहे.

महाआसमानी (निवासी) शिबिर स्थान

मनन आश्रम, पुणे : सर्व्हे नं. ४३, सणस नगर, नांदोशी गाव, किरकटवाडी फाटा, तालुका – हवेली, जिल्हा – पुणे – ४११ ०२४.
फोन : 020-24321925, 09921008060

तुम्ही जर 'विचार नियम' पुस्तक वाचलं असेल, तर या पुस्तकातील सूत्रं आणि मंत्र सविस्तर जाणण्यासाठी वाचा

happy thoughts..
The Tej Gyan

सूत्र	सूत्रांशी संबंधित पुस्तकं	
१. विश्वात कोणतीही वस्तू भौतिक रूपात निर्माण होण्याआधी प्रथम तिची निर्मिती वैचारिक स्तरावर होते.	**स्वसंवाद एक जादू** आपला रिमोट कंट्रोल कसा प्राप्त करावा	More than 63000 BOOKS SOLD
२. जे विचार होश आणि जोशमध्ये केले जातात तेच वास्तवात बदलतात.	**निर्णय आणि जबाबदारी** वचनबद्ध निर्णय आणि जबाबदारी कशी घ्यावी	More than 20000 BOOKS SOLD
३. आपल्याला हव्या असणाऱ्या गोष्टीवरच लक्ष केंद्रित करा. नको असणाऱ्या गोष्टीकडे दुर्लक्ष करा.	**प्रार्थना बीज** एक अद्भुत शक्ती	More than 14000 BOOKS SOLD
४. हे जग तसं नाही जसं आपल्याला दिसतं, तथापि असं आहे, जसे आपले विचार असतात.	**शोध स्वत:चा** In Search of Peace	More than 30000 BOOKS SOLD
५. सर्वकाही भरपूर आहे.	**विकास नियम** आत्मसंतुष्टीचं रहस्य	More than 7000 BOOKS SOLD
६. एखाद्या माणसावर इतरांच्या विचारांचा परिणाम तोपर्यंत होत नाही जोपर्यंत तो स्वत: होऊ देत नाही.	**सुगंध नात्यांचा** **सोनेरी नियम**ाची किमया	More than 6000 BOOKS SOLD
७. आपल्यातील सर्वोच्च शक्यता प्रकट होण्यासाठी आपले भाव, विचार, वाणी आणि क्रिया यांच्यात एकरूपता आणा.	**नींव नाइन्टी** नैतिक मूल्यांची संपत्ती	More than 54000 BOOKS SOLD

मंत्र

मंत्रांशी संबंधित पुस्तकं

१.	'पुढे (Next)' मंत्र	अंतर्मनाच्या शक्तीपलीकडील आत्मबळ	More than 5000 BOOKS SOLD
२.	'मी कोण आहे' मंत्र	ईश्वर कोण मी कोण आत्मसाक्षात्काराचा मार्ग	More than 7000 BOOKS SOLD
३.	विचारांची ए.बी.सी.डी. मंत्र	संपूर्ण ध्यान २२२ प्रश्न	More than 11500 BOOKS SOLD
४.	'मी आहे' ध्यान मंत्र	ध्याननियम आध्यात्मिक उन्नतीचा दिव्यमार्ग	More than 6000 BOOKS SOLD
५.	गुड मॉर्निंग पीस मंत्र	आंतरिक शांतीतून विश्वशांतीकडे... अवघे विश्वचि माझे घर	More than 7000 BOOKS SOLD
६.	संपूर्ण स्वीकार मंत्र	स्वीकाराची जादू त्वरित आनंद कसा प्राप्त करावा	More than 153000 BOOKS SOLD
७.	धन्यवाद मंत्र	तुझी इच्छा तीच माझी इच्छा भक्ती वरदान	More than 6500 BOOKS SOLD

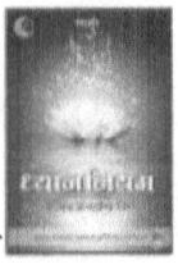

बेस्टसेलर पुस्तक 'विचार नियम' शृंखलेचे रचनाकार सरश्रींच्या सत्य संदेशाचा लाभ घ्या

संस्कार चॅनलवर

सोमवार ते शनिवार संध्या. ६:३५ ते ६:५५ आणि रविवारी संध्या. ८:१० ते ८:३० वाजता

• रेडिओ •

विविध भारती F.M. वर मंगळवारी, शुक्रवारी, शनिवारी, रविवारी सकाळी ९:१५ वा. 'तेजविकास मंत्र'.

M.W. पुणे वर शनिवारी सकाळी ८:५५ वा. 'तेजज्ञान इनर पीस अँड ब्यूटी' कार्यक्रम.

नोट : या कार्यक्रमांच्या वेळेत बदल झाल्यास नोंद ठेवावी.

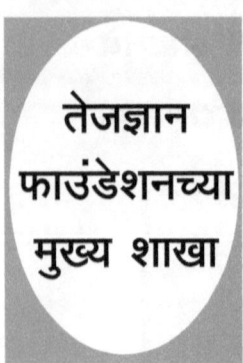

तेजज्ञान फाउंडेशनच्या मुख्य शाखा

- **पुणे :** (रजिस्टर्ड ऑफिस)
  विक्रांत कॉम्प्लेक्स, तपोवन मंदिराजवळ,
  पिंपरी, पुणे : 411 017.
  फोन : (020) 27412576, 27411240

- **मनन आश्रम :**
  सर्व्हे नं. ४३, सणस नगर, नांदोशी गांव,
  किरकटवाडी फाटा, तालुका : हवेली,
  जि. पुणे : 411 024. फोन : 09921008060

तेजज्ञान इंटरनेट रेडिओ

तेजज्ञान इंटरनेट रेडिओद्वारे २४ तास ३६५ दिवस, सरश्रींच्या प्रवचन आणि भजनांचा लाभ घ्या. त्यासाठी पाहा लिंक - http://www.tejgyan.org internetradio.aspx

e-book

'The Source', 'Complete Meditation' & 'Self Encounter' ebooks available on Kindle

Free apps

U R Meditation & Tejgyan Internet Radio on all platforms like Android, iPhone, iPad and Amazon

e-magazine

'Yogya Aarogya' & 'Drushtilakshya' emagazines available on www.magzter.com

e-mail

mail@tejgyan.com

Website

www.tejgyan.org, www.gethappythoughts.org

✻ नम्र निवेदन ✻

विश्वशांतीसाठी लाखो लोक दररोज सकाळी आणि रात्री ९:०९ मिनिटांनी प्रार्थना करत आहेत. कृपया, आपणही यामध्ये सहभागी व्हा.

www.ingramcontent.com/pod-product-compliance
Lightning Source LLC
LaVergne TN
LVHW040143080526
838202LV00042B/2999